ലെനിനിസവും
ഇന്ത്യൻ വിപ്ലവത്തിന്റെ
കാഴ്ചപ്പാടും

AF759210

ഇ എം എസ്

ചിന്ത പബ്ലിഷേഴ്സ്
തിരുവനന്തപുരം-695 035
വില ₹ 100

(1909 - 1998)

ഇ എം എസ്

കേരളം ലോകത്തിന് സംഭാവനചെയ്ത കമ്യൂണിസ്റ്റ് സൈദ്ധാന്തികനും പ്രയോക്താവും. മലയാളികളുടെ ധൈഷണിക ജീവിതത്തെ ഏറ്റവുമധികം സ്വാധീനിച്ച ബഹുമുഖപ്രതിഭ. കേരളത്തിന്റെ സാമൂഹികജീവിതത്തെ മാറ്റിമറിച്ച പ്രഥമ മുഖ്യമന്ത്രി.

ഭാര്യ: പരേതയായ ആര്യ അന്തർജനം

മക്കൾ: ഡോ. മാലതി ദാമോദരൻ, ഇ എം രാധ
പരേതരായ ഇ എം ശ്രീധരൻ, എസ് ശശി

ലെനിനിസവും
ഇന്ത്യൻ വിപ്ലവത്തിന്റെ
കാഴ്ചപ്പാടും

Leninisavum
Indian Viplavathinte Kazhchapadum
Politics

E M S

CHINTHA PUBLISHERS
Thiruvananthapuram

First Chintha Edition
February 2024

Published
Chintha Publishers, Thiruvananthapuram

Typesetting
Star Communications, Thiruvananthapuram

Printed at
Time Offset Printers, Thiruvananthapuram

Cover Design
Vinod mangoes

ISBN : 978-81-970063-4-0

CO - 3341 / 6842

₹ 100

Email: chinthapublishers@gmail. com
Website: www. chinthapublishers. com

A version is available at National Libraries
Kolkata, Mumbai, Chennai and Delhi

Distribution
DESHABHIMANI BOOKHOUSE
H O Thiruvananthapuram 695035

Branch
Head Office Kunnukuzhi • Statue Thiruvananthapuram
KSRTC Bus Terminal Thampanoor • Saphalyam Complex Thiruvananthapuram
KSRTC Bus Station Ernakulam • Machingal Lane Thrissur • IG Road Kozhikode
Mavoor Road Kozhikode • NGO Union Building Kannur
Central Bus Terminal Complex Thavakkara Kannur

പ്രസാധകക്കുറിപ്പ്

മനുഷ്യൻ മനുഷ്യനെ ചൂഷണം ചെയ്യാത്ത ഒരു സാമൂഹിക വ്യവസ്ഥിതി സാധ്യമാണെന്ന്, പ്രയോഗത്തിലൂടെ ലോകത്തെ ആദ്യമായി ബോധ്യപ്പെടുത്തിയ മഹാനായ വിപ്ലവകാരിയാണ് വ്ളാഡ്മിർ ഇല്ലിച്ച് ഉല്യനോവ് എന്ന ലെനിൻ. ഒക്ടോബർ വിപ്ലവത്തിലൂടെ ലെനിന്റെ നേതൃത്വത്തിൽ രൂപം കൊണ്ട സോവിയറ്റ് യൂണിയൻ എന്ന രാഷ്ട്രം ഏഴു പതിറ്റാണ്ടേ നിലനിന്നുള്ളൂവെങ്കിലും ലോകജനതയ്ക്ക് അത് നൽകിയ സംഭാവനകൾ അതുല്യമാണ്. കൊളോണിയൽ നുകത്തിൽ നിന്ന് മോചനം നേടാൻ മൂന്നാം ലോക രാജ്യങ്ങളെ സഹായിച്ചതും, നാസി ഫാസിസ്റ്റുകളെ യൂറോപ്യൻ മണ്ണിൽ പരാജയപ്പെടുത്തിയതും, പാശ്ചാത്യ മുതലാളിത്ത രാജ്യങ്ങളിലാകെ സാമൂഹിക ക്ഷേമപദ്ധതികൾ നടപ്പിലാക്കുന്നതിന് പ്രേരകമായി വർത്തിച്ചതും, സ്ത്രീ പുരുഷ അസമത്വങ്ങൾക്ക് നിയമപരമായി ആദ്യമായി അന്ത്യം കുറിച്ചതുമെല്ലാം ലെനിനിസ്റ്റ് സങ്കല്പങ്ങളിൽ ഉദിച്ചുയർന്ന സോവിയറ്റ് യൂണിയനാണ്. ലോകത്ത് അരങ്ങേറിയ എല്ലാ സാമൂഹിക രാഷ്ട്രീയ വിപ്ലവങ്ങൾക്ക് പിന്നിലും സൈദ്ധാന്തികവും പ്രയോഗികവുമായി സോവിയറ്റ് യൂണിയനും അത് പ്രത്യയശാസ്ത്രമായി ഉയർത്തിപ്പിടിച്ച മാർക്സിസം ലെനിനിസവുമുണ്ടായിരുന്നു.

ഇന്ത്യൻ സാഹചര്യത്തിൽ ലെനിനിനിസത്തിന്റെ പ്രസക്തി സൈദ്ധാന്തികമായി വിശകലനം ചെയുന്ന ഇ എം എസിന്റെ പ്രബന്ധമാണിത്. ലെനിന്റെ ചരമ ശതാബ്ദി വർഷത്തിൽ ഈ കൃതി വീണ്ടും ചർച്ചക്കെടുക്കുന്നത് ഉചിതമായിരിക്കുമെന്ന് ഞങ്ങൾ കരുതുന്നു

ചിന്ത പബ്ലിഷേഴ്സ്

ലെനിനിസവും ഇന്ത്യൻ വിപ്ലവത്തിന്റെ കാഴ്ചപ്പാടും

ഇന്ത്യൻ സ്കൂൾ ഓഫ് സോഷ്യൽ സയൻസസ് 1970 ഏപ്രിലിൽ സംഘടിപ്പിച്ച ലെനിൻ ശതാബ്ദി സെമിനാറിൽ അവതരിപ്പിച്ച പ്രബന്ധം

സുപ്രസിദ്ധമായ റഷ്യൻ (ഒക്ടോബർ) വിപ്ലവത്തിന് ആശയപരവും പ്രായോഗികവുമായ നേതൃത്വംനൽകിയ വിപ്ലവസംഘാടകനും നേതാവുമാണ് വ്ളാഡിമീർ ഇലീച്ച്. ലെനിൻ എന്ന അപരനാമത്താൽ അറിയപ്പെടുന്ന ആ വിപ്ലവനേതാവ് ജനിച്ചിട്ട് 100 കൊല്ലമാവുകയാണ്. ആ സംഭവത്തിന്റെ ഓർമ്മയ്ക്കായാണ്, റഷ്യൻ വിപ്ലവത്തിന്റെ ഈ നേതാവിനോട് നമുക്കുള്ള ആദരബഹുമാനങ്ങൾ പ്രകടിപ്പിക്കുന്നതിനാണ് നാം ഇവിടെ കൂടിയിട്ടുള്ളത്.

ഈ സന്ദർഭത്തിൽ തികച്ചും പ്രസക്തമായ ഒരു ചോദ്യം ചോദിക്കാൻ ഞാൻ ആഗ്രഹിക്കുന്നു. ലോകത്തിൽ നടന്ന പല വിപ്ലവങ്ങളുടെയും നേതാക്കന്മാരെപ്പോലെ തന്റെ രാജ്യത്ത് സാമൂഹ്യവ്യവസ്ഥയിൽ മൗലികമായ മാറ്റംവരുത്തിയ ഒരു വിപ്ലവനേതാവ് മാത്രമാണോ ലെനിൻ?

ആണെന്ന നിലയിൽ അദ്ദേഹത്തെ ആദരിക്കുകയും ബഹുമാനിക്കുകയും ചെയ്യുന്നവരുണ്ട്. ഇന്ത്യയിൽത്തന്നെ പല കോൺഗ്രസ് നേതാക്കന്മാരും അത്തരത്തിലാണ് ലെനിനെ കാണുന്നത്. അവരെക്കൂടി പങ്കെടുപ്പിച്ചുകൊണ്ട് ലെനിൻ ശതാബ്ദിയാഘോഷിക്കണമെന്ന ഉദ്ദേശ്യത്തോടെ ലെനിന്റെയും ഗാന്ധിയുടെയും ശതാബ്ദിയാഘോഷങ്ങൾ ഒന്നിച്ചുനടത്താൻ ഇൻഡോ-സോവിയറ്റ് സാംസ്കാരികസംഘം ഏർപ്പാട് ചെയ്യുന്നുമുണ്ട്. ഈ ആഘോഷച്ചടങ്ങുകളിലൊന്നിൽ നടന്ന പ്രസംഗങ്ങളിൽ ഇരുപതാം നൂറ്റാണ്ടിൽ ജീവിച്ച രണ്ടു വിശ്വോത്തര വിപ്ലവകാരികൾ എന്ന് ലെനിനെയും ഗാന്ധിയെയും വിശേഷിപ്പിച്ചുകൊണ്ടുള്ള പ്രസംഗങ്ങൾ എനിക്ക് കേൾക്കാനിടയായി.

ലെനിൻ-അന്യാദൃശ വിപ്ലവനേതാവ്

ഈ സമീപനത്തോടുയോജിക്കാൻ എനിക്ക് സാധ്യമല്ല. ഗാന്ധിയെ ഒരു വിപ്ലവനേതാവായി അംഗീകരിക്കാൻപോലും ഞാൻ തയ്യാറല്ല. അതിരിക്കട്ടെ, ഗാന്ധിയുടെ നേതൃത്വത്തിൽ ഇന്ത്യയിൽ നടന്ന ഭരണപരിവർത്തനവും സാമൂഹ്യമാറ്റങ്ങളും വിപ്ലവപരമാണെന്ന് സമ്മതിച്ചാൽ പോലും അവയുടെ പ്രാധാന്യം ഇന്ത്യയുടെ നാലതിരുകളിൽമാത്രം ഒതുങ്ങി നിൽക്കുന്നതാണെന്ന സംഗതി നിഷേധിക്കാൻ വയ്യാ. ലെനിന്റേതാകട്ടെ, ലോകത്തെങ്ങുമുള്ള വിപ്ലവശക്തികളുടെ പുരോഗതിക്ക് അന്യാദൃശമാംവിധം ഊക്കും ഉശിരും നൽകിയ ഒരു ലോകവിപ്ലവനേതൃത്വമാണ്.

റഷ്യൻ ജനതയെ അടക്കിഭരിച്ചിരുന്ന സാർഭരണത്തിനും അതിനു പിന്തുണ നൽകിയിരുന്ന ഫ്യൂഡൽ-ബൂർഷ്വാ വർഗങ്ങൾക്കുമെതിരായ ഒരു കനത്ത പ്രഹരവും, റഷ്യൻ ജനതയിൽ ബഹുഭൂരിപക്ഷം വരുന്ന തൊഴിലാളി-കർഷക ജനലക്ഷങ്ങളുടെ അധികാരലബ്ധിയും മാത്രമല്ല ലെനിന്റെ നേതൃത്വത്തിൽ നടന്ന ഒക്ടോബർവിപ്ലവം കുറിച്ചത്. ലെനിന്റെ നേതൃത്വത്തിൽ റഷ്യൻ ജനത അടിച്ച അടി ലോകത്തിലെങ്ങുമുള്ള മർദകരെയും ചൂഷകരെയും വിറകൊള്ളിച്ചു. എന്തുകൊണ്ടെന്നാൽ, മനുഷ്യസമൂഹത്തിന്റെ ചരിത്രത്തിൽ ഇതേവരെ രൂപംപൂണ്ടിട്ടുള്ള എല്ലാ ഭരണകൂടങ്ങളിൽനിന്നും വ്യത്യസ്തമായ പുതിയൊരു ഭരണകൂടമാണ് റഷ്യയിൽ രൂപംപൂണ്ടിട്ടുള്ളത്.

പണിയെടുക്കുന്ന ബഹുഭൂരിപക്ഷം ജനങ്ങളെ അടക്കിനിർത്തി അവരെ കൊള്ളയടിക്കുന്നതിന് ചൂഷകവർഗങ്ങൾ പടച്ചുണ്ടാക്കിയിട്ടുള്ള ഒരു മർദനോപകരണമായിട്ടാണ് ഇതേവരെ ഭരണകൂടം നിലനിന്നുപോന്നിട്ടുള്ളത്. ചൂഷകവർഗങ്ങളിൽ ഏതെങ്കിലുമൊന്നിനെ അധികാരസ്ഥാനത്തു വാഴിക്കാനുള്ള വിപ്ലവങ്ങളാണ് ലോകചരിത്രത്തിലിതേവരെ നടന്നിട്ടുള്ളത്. ഇപ്പോഴാകട്ടെ, പണിയെടുക്കുന്ന ബഹുഭൂരിപക്ഷം ജനങ്ങളെ അടക്കിനിർത്തുന്ന ചൂഷകവർഗങ്ങളെ അധികാരസ്ഥാനത്തുനിന്നും തികച്ചും തൂത്തുമാറ്റി പണിയെടുക്കുന്ന, ബഹുഭൂരിപക്ഷം ജനങ്ങളെ അധികാരസ്ഥാനത്ത് വാഴിക്കുന്ന ഒരു പുതിയ വിപ്ലവം ഉദ്ഘാടനം ചെയ്യപ്പെടുകയാണ്. ഇതിന്റെ ഗണപതിക്കൈകുറിച്ച റഷ്യൻ ജനതയുടെ വിപ്ലവനേതാവാണ് ലെനിൻ.

മനുഷ്യസമൂഹത്തിന്റെ ചരിത്രത്തിൽ ലെനിനുള്ള അന്യാദൃശമായ സ്ഥാനം ഇവിടംകൊണ്ടവസാനിക്കുന്നില്ല. റഷ്യയിലെയും മറ്റെല്ലാ രാജ്യങ്ങളിലെയും അധ്വാനിക്കുന്ന ജനതയെ അധികാരസ്ഥാനത്തേക്കുയർത്താനുള്ള ഒരു രാഷ്ട്രീയവിപ്ലവത്തിന്റെ സംഘാടകനും നേതാവും മാത്രമായിരുന്നില്ല ലെനിൻ. മാനവസംസ്കാരത്തിന്റെ പുരോഗതിയുടെ ഫലമായി വളർന്ന വിവിധ വിജ്ഞാനശാഖകളിൽ പലതിലേക്കും വെളിച്ചം വീശാനും, അവയുടെയെല്ലാം ആകത്തുകയായ ഒരു സമഗ്രപ്രപഞ്ചവീക്ഷണം വളർത്തിയെടുക്കാനും കഴിഞ്ഞ അത്യുന്നതനായ ഒരു പണ്ഡിതൻ കൂടിയായിരുന്നു അദ്ദേഹം. ചരിത്രാതീതകാലം മുതൽ മനുഷ്യൻ

സംഭരിച്ചുവെച്ചിട്ടുള്ളതും തലമുറതലമുറയായി വളർന്നുവരുന്നതുമായ ലോകവിജ്ഞാനഭണ്ഡാരത്തിലേക്ക് സമകാലീനപണ്ഡിതന്മാർ നൽകിയ സംഭാവനകളാകെ വിലയിരുത്തി രാഷ്ട്രീയരംഗത്തെന്നപോലെ സാംസ്കാരിരംഗത്തും ചൂഷകവർഗമേധാവിത്വമവസാനിപ്പിച്ച്, അധ്വാനിക്കുന്ന ബഹുജനങ്ങളുടെ മേധാവിത്വം സ്ഥാപിക്കാൻ ലെനിന് കഴിഞ്ഞു. സുപ്രസിദ്ധ പൗരാണിക ചിന്തകനായ പ്ലേറ്റോ വിഭാവനംചെയ്ത 'തത്വജ്ഞാനവും ഭരണസാമർത്ഥ്യവും ഒത്തിണങ്ങിയ' ഒരന്യാദൃശപണ്ഡിതരാജ്യതന്ത്രജ്ഞനായിരുന്നു അദ്ദേഹം.

1947 ആഗസ്ത് 15-ഗാന്ധിസത്തിന്റെ പരാജയം

ഇന്ത്യൻ വിപ്ലവത്തിന്റെ നേതാവെന്ന് വിളിക്കപ്പെടുന്ന മഹാത്മാഗാന്ധിയാകട്ടെ, ലെനിനെക്കുറിച്ച് ഇവിടെ പറഞ്ഞതിനെല്ലാം കടകവിരുദ്ധമായ സവിശേഷതകളോടുകൂടിയ ഒരു ചരിത്രപുരുഷനാണ്. ആശയപരമായിട്ടോ പ്രായോഗികമായിട്ടോ ഇന്ത്യൻ വിപ്ലവത്തെ സഹായിക്കുകയല്ല അതിനു മുമ്പിൽ തടസ്സങ്ങൾ സൃഷ്ടിക്കുകയാണ് ഫലത്തിൽ (വ്യക്തിനിഷ്ഠമായ അദ്ദേഹത്തിന്റെ ആഗ്രഹാഭിലാഷങ്ങൾക്കതീതമായിട്ടെന്നർത്ഥം) ഗാന്ധി ചെയ്തത്. 1920-21, 1930-32, 1940-42 എന്നീ ഓരോ കാലഘട്ടത്തിലും അദ്ദേഹം വഹിച്ച പങ്ക് ചുരുക്കത്തിലിതാണ്: ഊക്കോടെ അടിച്ചുയർന്നുകൊണ്ടിരിക്കുന്ന വിപ്ലവമുന്നേറ്റത്തെ തണുപ്പിച്ച് തകർക്കുക; അതേസമയം ഈ വിപ്ലവമുന്നേറ്റത്തെ ഉപയോഗപ്പെടുത്തി ബ്രിട്ടീഷ് ഭരണാധികാരികളുമായി വിലപേശുക; ഈ വിലപേശലിലൂടെ ഇന്ത്യയിലെ ജന്മി—ഭൂവുടമവർഗങ്ങൾക്ക് ഭരണാധികാരത്തിൽ പങ്ക് കിട്ടാൻ വേണ്ട സാഹചര്യം സൃഷ്ടിക്കുക.

ഇങ്ങനെ അധ്വാനിക്കുന്ന ബഹുഭൂരിപക്ഷം ജനങ്ങളുടെ വിപ്ലവാവേശമുപയോഗിച്ച് ഇന്ത്യൻ ചൂഷകവർഗങ്ങൾക്ക് ഇവിടത്തെ ഭരണയന്ത്രം തിരിക്കുന്നതിൽ പങ്കുകിട്ടാൻ സഹായിച്ച, സമരതന്ത്രം ആവിഷ്കരിച്ച ഗാന്ധിയുടെ വിജയപതാകയാണ് 1947 ആഗസ്ത് 15 ന് ഡൽഹിയിലെ ചെങ്കോട്ടയിൽ നെഹ്റു ഉയർത്തിയതെന്ന് സംശയലേശമില്ലാതെ പറയാം.

എന്നാൽ 'ഗാന്ധിയൻ വിപ്ലവ'ത്തിന്റെ ആ വിജയപതാക വ്യക്തിപരമായി നോക്കിയാൽ ഗാന്ധിയുടെ പരാജയം കൂടിയായിരുന്നു. വ്യക്തിപരമായി താൻ ആഗ്രഹിച്ചിരുന്നതും പ്രതീക്ഷിച്ചിരുന്നതുമായ എല്ലാം നശിക്കാൻ തുടങ്ങുന്നുവെന്ന ഒരു ഭയം 1947 ആഗസ്ത് 15 ന് ഗാന്ധിയെ ബാധിച്ചിരുന്നു. താൻ ഉയർത്തിപ്പിടിച്ച ആദർശങ്ങളുടെയും പ്രചരിപ്പിച്ച ആശയങ്ങളുടെയുമെല്ലാം ശവക്കല്ലറയായിട്ടാണ് സ്വതന്ത്ര ഇന്ത്യ ഉയർന്നുവരുന്നതെന്ന വിചാരം ഗാന്ധിയുടെ ഉപബോധമനസ്സിൽ കടന്നു കൂടിയിരിക്കുന്നു. അതുകൊണ്ടാണ് തന്റെ സന്തതസഹചാരികളും സഹപ്രവർത്തകരുമെല്ലാം സ്വാതന്ത്ര്യലബ്ധി സാഘോഷം കൊണ്ടാടിക്കൊണ്ടിരുന്ന അതേ സന്ദർഭത്തിൽ അതിലൊന്നും പങ്കുകൊള്ളാതെ അദ്ദേഹം അതിൽനിന്നെല്ലാം അകന്നുനിന്നത്.

സ്വാതന്ത്ര്യദിനം ആഘോഷിക്കുന്ന സന്ദർഭത്തിൽ ഒരു സന്ദേശമാവശ്യപ്പെട്ടുകൊണ്ട് ഇന്ത്യാഗവൺമെന്റിന്റെ വാർത്താവിതരണവകുപ്പിന്റെ ഒരു പ്രതിനിധി അദ്ദേഹത്തെ സമീപിച്ചു. എന്നാൽ ഒരു സന്ദേശവും കൊടുക്കാൻ ഗാന്ധി കൂട്ടാക്കിയില്ല. "എന്റെ മനസ്സാകെ വരണ്ടിരിക്കുന്നു" എന്നാണദ്ദേഹം പറഞ്ഞത്. ഒരു സന്ദേശവും നൽകിയില്ലെങ്കിൽ അത് മോശമായിരിക്കുമെന്ന വാദത്തിന് അദ്ദേഹം ഇങ്ങനെ മറുപടി പറഞ്ഞു: "എനിക്കൊരു സന്ദേശവുമില്ല. അതു മോശമാണെങ്കിൽ അങ്ങനെയാകട്ടെ."

ഇതുകഴിഞ്ഞ് 5 മാസത്തിനുശേഷം 1948 ജനുവരി 26-ാം തീയതി—താൻ മരിക്കുന്നതിന് വെറും നാലുദിവസം മുമ്പ്—ഗാന്ധി ഇങ്ങനെ പറഞ്ഞു: "ഇന്ന് പൂർണസ്വാതന്ത്ര്യദിനമാണ്. നാം കാണുകയോ കൈകാര്യം ചെയ്യുകയോ ചെയ്യാത്ത സ്വാതന്ത്ര്യത്തിനുവേണ്ടി നാം പോരാടിയിരുന്ന കാലത്ത് ഈ ദിനം ആഘോഷിക്കുന്നതു ശരിയായിരുന്നു. ഇപ്പോഴോ? നാം അത് കൈകാര്യം ചെയ്തിരിക്കുന്നു. അതു സംബന്ധിച്ചുള്ള വ്യാമോഹങ്ങളിൽ നിന്ന് നാം വിമുക്തരായിരിക്കുന്നു. നിങ്ങൾ അതിൽനിന്നു വിമുക്തരല്ലെങ്കിൽ ഞാനെങ്കിലും വിമുക്തനാണ്."

(ഈ ഉദ്ധരണികളെല്ലാം ഡി ജി ടെൻടൂൽക്കറുടെ *മഹാത്മാ* 8-ാം വാല്യത്തിൽ നിന്നെടുത്തതാണ്.)

ഇതിന്റെ തന്നെ മറ്റൊരു രൂപമാണ് കോൺഗ്രസ് പിരിച്ചുവിടണമെന്ന അദ്ദേഹത്തിന്റെ നിർദേശം.

ഗാന്ധിയുടെ മേന്മയും ഗാന്ധിസത്തിന്റെ പാപ്പരത്തവും

അപ്പോൾ ഗോഡ്സെ എന്ന ഘാതകൻ ഗാന്ധിയുടെ ശരീരം നശിപ്പിക്കുന്നതിനു മുമ്പുതന്നെ അദ്ദേഹത്തിന് ജീവിതം ഒരു ദുരന്ത നാടകമായിക്കഴിഞ്ഞിരുന്നു. മൂന്നു ദശാബ്ദങ്ങളോളം കാലം തന്റെ നേതൃത്വത്തിൽ നടന്ന ബഹുജനപ്രസ്ഥാനത്തിൽ സാരമായ എന്തോ തകരാറുണ്ടെന്ന് അദ്ദേഹത്തിനു തോന്നാൻ തുടങ്ങിയിരുന്നു. അത് എന്തെന്നു കാണാൻ അദ്ദേഹത്തിനൊട്ടു കഴിഞ്ഞതുമില്ല. ഇവിടെ ഗാന്ധിയെന്ന വ്യക്തിക്കുള്ള മേന്മയും ഗാന്ധിസത്തിന്റെ സാമൂഹ്യ-രാഷ്ട്രീയ കാഴ്ചപ്പാടിന്റെ പാപ്പരത്തവും നമുക്കുകാണാൻ കഴിയും.

വ്യക്തിപരമായി നോക്കിയാൽ മനുഷ്യസ്നേഹിയും ദരിദ്രനാരായണന്റെ ആരാധകനുമായ ഒരു ഹൃദയാലു; അദ്ദേഹത്തിന്റെ പ്രവൃത്തികളെ നിയന്ത്രിക്കുന്നതോ, ഇന്ത്യയിലെ ചൂഷകവർഗങ്ങളുടെ സ്വാർത്ഥപൂരണത്തിന് സഹായകമാകുന്ന ആശയങ്ങളും പരിപാടിയും—ഇതാണ് മോഹൻദാസ് കരംചന്ദ് ഗാന്ധി. ഇതുകൊണ്ട് തന്നെയാണ് 'ആദർശവാദിയായ' ഗാന്ധിയുടെ 'കിറുക്കൻ' ആശയങ്ങളെ എതിർത്ത ഉന്നത കോൺഗ്രസ് നേതാക്കന്മാരും നിക്ഷിപ്തതാൽപര്യക്കാരുമെല്ലാം അദ്ദേഹത്തെ 'രാഷ്ട്രപിതാവാ'യി ആദരിച്ചത്. അതുകൊണ്ടുതന്നെയാണ് അദ്ദേഹത്തിന്റെ മരണശേഷം വിനോബാഭാവെയെപ്പോലുള്ള ഗാന്ധിശിഷ്യന്മാർ പുതിയ കോൺഗ്രസ് ഭരണാധികാരികളിൽനിന്ന് വ്യത്യസ്തമായ ഒരു

നിലപാടെടുത്തത്. ഈ വൈരുധ്യം തന്നെയാണ് അടുത്തകാലത്ത് ഇന്ത്യാപര്യടനം നടത്തിയ ബാദ്ഷാ ഖാന്റെ നിശിതവിമർശനങ്ങളിലും നമുക്കുകാണാൻ കഴിയുക.

അപ്പോൾ ഗാന്ധി നടത്തിയെന്നു പറയപ്പെടുന്ന 'വിപ്ലവം' ഒരു തികഞ്ഞ പരാജയമായിരുന്നു. അതിൽനിന്നുളവായ കെടുതികളാണ് നാം ഇന്നനുഭവിക്കുന്നത്. അതൊരു പരാജയമായിരുന്നുവെന്ന് കാണാൻ, അതിന്റെ വിജയവേളയായി കൊട്ടിഘോഷിക്കപ്പെട്ടിരുന്ന 1947 ആഗസ്ത് 15 നുതന്നെ കഴിഞ്ഞുവെന്നതാണ് ഗാന്ധിയെ അദ്ദേഹത്തിന്റെ ശിഷ്യന്മാരേക്കാൾ ഉയർന്ന പദവിയിലേക്കെത്തിക്കുന്നത്. എന്നാൽ, 'വിജയകര'മെന്ന് 'മറ്റെല്ലാവരും വിളിക്കുന്ന തന്റെ വിപ്ലവം' പൊളിയാനുള്ള കാരണം കാണാൻ ഗാന്ധിക്ക് കഴിഞ്ഞില്ല. അതാണദ്ദേഹത്തിന്റെ പരാജയം.

ഇവിടെയാണ് ലെനിനിസത്തിനു നമ്മെ സഹായിക്കാൻ കഴിയുക. ഗാന്ധിക്കോ അദ്ദേഹത്തിന്റെ നിരവധി ശിഷ്യന്മാർക്കോ ഗാന്ധിയൻ നേതൃത്വത്തിൽ നടന്നുകൊണ്ടിരുന്ന ദേശീയസ്വാതന്ത്ര്യസമരത്തിന്റെ ഉള്ളടക്കമെന്താണെന്ന് മനസ്സിലാക്കാൻ കഴിഞ്ഞില്ല. സത്യം, അഹിംസ, ബ്രഹ്മചര്യം മുതലായി പ്രത്യക്ഷത്തിൽ ധാർമികമൂല്യങ്ങളെന്നു വിളിക്കപ്പെടുന്ന ആശയങ്ങളെ ആസ്പദിച്ച് ഗാന്ധി ആവിഷ്കരിച്ച ബഹുജന സമരപരിപാടികളുടെ—സത്യഗ്രഹം, നിരാഹാരം, സിവിൽ നിയമലംഘനം മുതലായവയുടെ—അർഥമെന്തെന്ന് അവർക്ക് മനസ്സിലായില്ല. ഗാന്ധിയുടെ വ്യക്തിപരമായ ഉദ്ദേശ്യവും ആ ഉദ്ദേശ്യമനുസരിച്ച് അദ്ദേഹം എടുക്കുന്ന നടപടികളുടെ പ്രായോഗികഫലവും തമ്മിൽ എന്തെങ്കിലും വ്യത്യാസമോ വൈരുധ്യമോ ഉള്ളതായി അവർക്ക് കാണാൻ കഴിഞ്ഞില്ല, കാണാൻ കഴിയുകയുമില്ല. എന്തുകൊണ്ടെന്നാൽ, ചരിത്രപുരുഷന്മാരോരോരുത്തരും താന്താങ്ങൾ ജീവിച്ചിരുന്ന കാലഘട്ടത്തിൽ അവരുടെ സ്വന്തം രാജ്യത്തുള്ള വസ്തുനിഷ്ഠസാഹചര്യങ്ങൾക്ക് വിധേയമായിട്ടാണ് പ്രവർത്തിക്കുന്നതെന്നും ആ നിലയ്ക്ക് അവരോരോരുത്തരും ഏതെങ്കിലുമൊരു വർഗത്തിന്റെ അല്ലെങ്കിൽ ചില വർഗങ്ങളുടെ താൽപര്യങ്ങൾക്കനുസരിച്ചാണ് പ്രവർത്തിക്കുകയെന്നും കാണാൻവേണ്ട ശാസ്ത്രീയവീക്ഷണം അവർക്കില്ല. ഇന്ത്യൻ ദേശീയപ്രസ്ഥാനത്തിൽ 'മിതവാദികളും' 'തീവ്രവാദികളും' തമ്മിൽ നടന്ന സമരം; അതിൽ പങ്കെടുത്തിരുന്ന തീവ്രവാദികളിലൊരുവിഭാഗം 'ഭീകരപ്രസ്ഥാന'മെന്നറിയപ്പെടുന്നതും വ്യക്തിപരമായി നടത്തുന്നതുമായ ബലപ്രയോഗത്തിന്റെ പരിപാടി അംഗീകരിക്കാൻ ഇടയായത്; ഈ വ്യക്തിപര ബലപ്രയോഗത്തിനുപകരം അക്രമരഹിതമായ ബഹുജനസമരമെന്ന മാർഗമംഗീകരിക്കാൻ ഗാന്ധി തയ്യാറായതിന്റെ ചരിത്രപരമായ അർഥം; സാമ്രാജ്യവിരുദ്ധപ്രക്ഷോഭത്തിന്റെ വളർച്ചയിൽ ഈ മാർഗത്തിനുള്ള ക്രിയാത്മകവും നിഷേധാത്മകവും ആയ പങ്ക്—ഇതെല്ലാം ശാസ്ത്രീയമായി വിശകലനംചെയ്യാൻവേണ്ട മാർക്സിസ്റ്റ് (ചരിത്രപരമായ ഭൗതികവാദത്തിന്റെ) വീക്ഷണം അവർക്കില്ല.

ലെനിനാകട്ടെ ഒന്നാംലോകമഹായുദ്ധത്തിനും റഷ്യയിലെ ഒക്ടോ

ബർ വിപ്ലവത്തിനും ശേഷം കൊളോണിയൽ രാജ്യങ്ങളിലെ സാമ്രാജ്യത്വവിരുദ്ധപ്രസ്ഥാനങ്ങളെയാകെ മാർക്സിസം-ലെനിനിസത്തിന്റെ വീക്ഷണത്തോടെ വിലയിരുത്തി; അതുസംബന്ധിച്ച് അതിപ്രധാനമായ ഒരു തത്വം ആവിഷ്കരിച്ചു. ഇതിൽ ലെനിനാധാരമായി നിന്ന പല ദേശീയപ്രസ്ഥാനങ്ങളുടെ കൂട്ടത്തിൽ പ്രധാനമായ ഒന്ന് ഇന്ത്യയിലെ പ്രസ്ഥാനമാണുതാനും.

ലെനിൻ ആവിഷ്കരിച്ച കാഴ്ചപ്പാട്

1920 ൽ കമ്യൂണിസ്റ്റ് ഇന്റർനാഷണലിന്റെ 2-ാം കോൺഗ്രസ് കൂടിക്കൊണ്ടിരുന്നപ്പോഴാണ്, അതിന്റെ ചർച്ചകളിൽ പങ്കെടുത്തുകൊണ്ടാണ്, ലെനിൻ ഈ തത്വം ആവിഷ്കരിച്ചത്. ഇന്ത്യയിൽ ദേശീയപ്രസ്ഥാനത്തിന്റെ നേതൃത്വത്തിലേക്ക് ഗാന്ധി ഉയരാൻ തുടങ്ങിയ കാലമാണത്. പഴയ 'മിതവാദിരാഷ്ട്രീയ'ത്തിനും ഭീകരപ്രസ്ഥാനത്തിന്റെ രൂപത്തിലുള്ള 'തീവ്രവാദ'ത്തിനും പകരം തൊഴിലാളികളെയും കർഷകരെയും അണിനിരത്തിക്കൊണ്ടും എന്നാൽ അവർ നടത്തുന്ന സമരം 'അക്രമാസക്ത'മാകുകയില്ലെന്നുറപ്പുവരുത്തിക്കൊണ്ടും സംഘടിപ്പിക്കുന്ന പുതിയൊരു സമരമാർഗം ഗാന്ധി ആവിഷ്കരിച്ചുകഴിഞ്ഞിരുന്നു. എന്നാൽ അതിന് ഇന്ത്യൻ നാഷണൽ കോൺഗ്രസിന്റെ പൂർണമായ അംഗീകാരം കിട്ടിക്കഴിഞ്ഞിരുന്നില്ല; ഇന്ത്യൻ ദേശീയപ്രസ്ഥാനത്തിന്റെ അനിഷേധ്യനേതാവെന്ന പദവിയിലേക്ക് ഗാന്ധി ഉയർന്നുകഴിഞ്ഞിരുന്നില്ലെന്നർത്ഥം. എങ്കിലും ഗാന്ധിയൻ പരിപാടിക്ക് കൂടുതൽ ആളുകളുടെ സ്വീകരണം കിട്ടിവരുന്നുണ്ടായിരുന്നു.

യഥാർത്ഥം പറയുകയാണെങ്കിൽ, ഗാന്ധിയൻ പരിപാടി ഇന്ത്യൻ നാഷണൽ കോൺഗ്രസ് അംഗീകരിച്ച തീയതിക്ക് (1920 സെപ്തംബർ 4 ന്) ഒരു മാസം മുമ്പാണ് (ആഗസ്ത് ആദ്യവാരത്തിലാണ്) കമ്യൂണിസ്റ്റ് ഇന്റർനാഷണലിന്റെ 2-ാം കോൺഗ്രസ് അവസാനിച്ചത്. പോരെങ്കിൽ ഇന്ത്യയിലെ യഥാർത്ഥ സ്ഥിതിഗതികളെ തികച്ചും തെറ്റായരീതിയിൽ വിലയിരുത്തിക്കൊണ്ട് എം എൻ റോയ് ഉന്നയിച്ച ഒരു വാദഗതിയെ ശക്തിയായെതിർക്കുകയും പൂർണമായി തിരസ്കരിക്കുകയും ചെയ്തുകൊണ്ടാണ് ലെനിൻ ഈ തത്വമാവിഷ്കരിച്ചത്.

ബൂർഷ്വാദേശീയപ്രസ്ഥാനവും ദേശീയവിപ്ലവപ്രസ്ഥാനവും തമ്മിൽ ഒരു വ്യത്യാസമുണ്ട്; ഇതിൽ ദേശീയവിപ്ലവത്തിന്റെ ശക്തികളെ വളർത്തി ശക്തിപ്പെടുത്തുകയാണ് കമ്യൂണിസ്റ്റുകാരുടെ കടമ; എന്നാൽ ദേശീയവിപ്ലവത്തിന്റെയും ബൂർഷ്വാദേശീയതയുടെയും ശക്തികൾ അന്യോന്യം കെട്ടുപിണഞ്ഞാണ് കിടക്കുന്നത്; അതുകൊണ്ട് കമ്യൂണിസ്റ്റുകാർ ബൂർഷ്വാദേശീയപ്രസ്ഥാനത്തിനകത്ത് ഒരു സ്വതന്ത്രവിപ്ലവരാഷ്ട്രീയ ശക്തിയെന്ന നിലയ്ക്ക് പ്രവർത്തിക്കണം; ബൂർഷ്വാദേശീയതയുടെ എല്ലാ രൂപഭേദങ്ങളെയും നിർഭയം തുറന്നുകാട്ടിക്കൊണ്ടുതന്നെ സാമ്രാജ്യാധിപത്യത്തിനെതിരായി ബൂർഷ്വാദേശീയപ്രസ്ഥാനം നടത്തുന്ന സമരത്തിനു സർവ

വിധ സഹായങ്ങളും പിന്തുണയും കമ്യൂണിസ്റ്റുകാർ നൽകണം. ഇതെല്ലാമാണ് ലെനിൻ അന്ന് ചൂണ്ടിക്കാണിച്ചത്. ഇന്റർനാഷണലിന്റെ കോൺഗ്രസിൽ ഇതു സംബന്ധിച്ച് ലെനിൻ ചെയ്ത പ്രസംഗത്തിലെ പ്രസക്തഭാഗമാണ് താഴെ ചേർക്കുന്നത്!

> ഏതു ദേശീയപ്രസ്ഥാനവും ബൂർഷ്വാജനാധിപത്യ പ്രസ്ഥാനമായേ വരുകയുള്ളുവെന്നതിനു സംശയമില്ല. എന്തുകൊണ്ടെന്നാൽ പിന്നണിരാജ്യങ്ങളിലെ ബഹുഭൂരിപക്ഷം ജനങ്ങൾ കൃഷിക്കാരാണ്. അവർ പ്രതിനിധാനം ചെയ്യുന്നതോ ബൂർഷ്വാ-മുതലാളി സാമൂഹ്യബന്ധങ്ങളെയാണുതാനും. ഈ പിന്നണിരാജ്യങ്ങളിൽ തൊഴിലാളിവർഗപ്പാർട്ടികൾ ഉയർന്നുവരികയാണെങ്കിൽപ്പോലും, കർഷകപ്രസ്ഥാനവുമായി വ്യക്തമായ കൂട്ടുകെട്ടുകളുണ്ടാക്കിയും, അതിനു ഫലപ്രദമായ പിന്തുണ നൽകിയുമല്ലാതെ, ഒരു കമ്യൂണിസ്റ്റു നയവും കമ്യൂണിസ്റ്റടവുകളും അംഗീകരിക്കാൻ ഈ പാർട്ടികൾക്ക് കഴിയില്ല...... കമ്യൂണിസ്റ്റുകാരായ നാം കൊളോണിയൽ രാജ്യങ്ങളിലെ ദേശീയ വിമോചനപ്രസ്ഥാനങ്ങൾക്ക് സഹായം നൽകും, നൽകണം. എന്നാൽ അങ്ങനെ ചെയ്യുന്നത് രണ്ടു വ്യവസ്ഥകളിലായിരിക്കണം. ഈ വിമോചനപ്രസ്ഥാനങ്ങൾ ശരിക്കും വിപ്ലവകരമായ പ്രസ്ഥാനങ്ങളായിരിക്കണം. കൃഷിക്കാരെയും ചൂഷിതജനസാമാന്യത്തെയും വിപ്ലവാടിസ്ഥാനത്തിൽ സംഘടിപ്പിക്കുകയും ബോധവാന്മാരാക്കുകയും ചെയ്യുകയെന്ന നമ്മുടെ ജോലിയിൽ തടസ്സങ്ങൾ വലിച്ചുവെക്കാൻ ഈ വിമോചനപ്രസ്ഥാനങ്ങളുടെ സംഘാടകന്മാർ മുതിരരുത്. ഈ വ്യവസ്ഥകളില്ലെങ്കിൽ ഈ രാജ്യങ്ങളിലെ കമ്യൂണിസ്റ്റുകാർ വിമോചനപ്രസ്ഥാനത്തിലെ മിതവാദി ബൂർഷ്വാ നേതൃത്വത്തെ എതിർക്കുകതന്നെ വേണം.

ഇങ്ങനെ ബൂർഷ്വാദേശീയപ്രസ്ഥാനത്തിനകത്ത് പ്രവർത്തിച്ചുകൊണ്ടു ദേശീയവിപ്ലവത്തിന്റെ സാമൂഹ്യശക്തികളെ സംഘടിപ്പിക്കുകയും ബലപ്പെടുത്തുകയും ചെയ്യാൻ കമ്യൂണിസ്റ്റുകാർ നടത്തുന്ന ശ്രമം ഏതു ലക്ഷ്യത്തിലാണ് എത്തിക്കേണ്ടതെന്ന കാര്യത്തിലും ലെനിന് വ്യക്തമായ അഭിപ്രായമുണ്ടായിരുന്നു. അതായത്,

> അർധഫ്യൂഡൽ അടിയായ്മയുടേതായ സാഹചര്യങ്ങളിൽ ജീവിക്കുന്ന കൃഷിക്കാർക്ക് സോവിയറ്റ് മാതൃകയിലുള്ള സംഘടനയെന്ന ആശയം ഉൾക്കൊള്ളാനും പ്രയോഗത്തിൽ വരുത്താനും എളുപ്പമാണ്. വ്യാപാരമുതലാളിമാരുടെമാത്രമല്ല ഫ്യൂഡൽമേധാവികളുടെയും ഫ്യൂഡൽവ്യവസ്ഥയെ ആസ്പദമാക്കിയ ഭരണകൂടത്തിന്റെയും മർദനത്തിനു വിധേയരായ ബഹുജനങ്ങൾക്ക് അവരുടേതായ സവിശേഷസാഹചര്യങ്ങളിലും ഈ (സോവിയറ്റ്) സംഘടനാരൂപം, ഈ ആയുധം, ഉപയോഗിക്കാൻ കഴിയുമെന്നും വ്യക്ത

> മാണ്. സോവിയറ്റ് സംഘടനയെന്ന ആശയം ലളിതമാണ്. തൊഴിലാളി-മുതലാളി ബന്ധങ്ങളുള്ളേടത്തു മാത്രമല്ല, ഫ്യൂഡൽ–അർധ ഫ്യൂഡൽ ബന്ധങ്ങളുള്ള കൃഷിക്കാരെ സംബന്ധിച്ചും ഇതു പ്രയോഗത്തിൽ വരുത്താൻ കഴിയും..... മുതലാളിത്ത രാജ്യങ്ങളിൽ മാത്രമല്ല, മുതലാളിത്തപൂർവമായ സാമൂഹ്യബന്ധങ്ങൾ നിലവിലുള്ള രാജ്യങ്ങളിൽക്കൂടി പ്രയോഗിക്കാവുന്ന ഒരായുധമാണ് ചൂഷിതബഹുജനങ്ങളുടെ സോവിയറ്റുകൾ. അതുകൊണ്ട് എല്ലായിടത്തുമുള്ള കമ്യൂണിസ്റ്റു പാർട്ടികളുടെയും കമ്യൂണിസ്റ്റുപാർട്ടികൾ രൂപീകരിക്കാൻ തയ്യാറുള്ളവരുടെയും അനിവാര്യമായ കടമയാണ് കൃഷിക്കാരുടെ അല്ലെങ്കിൽ അധ്വാനിക്കുന്ന ബഹുജനങ്ങളുടെ, സോവിയറ്റുകൾ രൂപീകരിക്കുന്നതിനനുകൂലമായ പ്രചാരവേല നടത്തൽ. കൊളോണിയൽ-പിന്നണിരാജ്യങ്ങളടക്കം അനുകൂലസാഹചര്യമുള്ളേടത്തെല്ലാം അധ്വാനിക്കുന്ന ബഹുജനങ്ങളുടെ സോവിയറ്റുകൾ രൂപീകരിക്കാൻ ആവശ്യമായ ശ്രമം നടത്തണം.

അതായത്, എം എൻ റോയ് വാദിച്ചതുപോലെ ബൂർഷ്വാദേശീയപ്രസ്ഥാനത്തിൽനിന്ന് തികച്ചും മാറിനിന്ന് തൊഴിലാളികളുടെയും കൃഷിക്കാരുടേയും സോവിയറ്റുകൾ രൂപീകരിക്കുകയല്ല കമ്യൂണിസ്റ്റുകാരുടെ കടമ. നേരെമറിച്ച്, ദേശീയപ്രസ്ഥാനമാണെന്നപേരിൽ വിമോചനപ്രസ്ഥാനത്തിലെ ബൂർഷ്വാ നേതൃത്വത്തിന്റെ വാലായിനിന്ന് സോവിയറ്റ് രൂപീകരണത്തിനാവശ്യമായ സ്വതന്ത്രപ്രവർത്തനം നിർത്തിവെക്കുകയുമരുത്. ഒരു സ്വതന്ത്രവിപ്ലവശക്തിയായി പ്രവർത്തിച്ചുകൊണ്ട് ബൂർഷ്വാ ദേശീയപ്രസ്ഥാനത്തിന്റെ എല്ലാ സാമ്രാജ്യവിരുദ്ധനടപടികളെയും സഹായിക്കുന്നതോടൊപ്പം ബഹുഭൂരിപക്ഷം വരുന്ന കൃഷിക്കാരുടെയും മറ്റധ്വാനിക്കുന്ന ബഹുജനങ്ങളുടെയും വിപ്ലവസമരങ്ങൾക്ക് ആഴവും ഊക്കും കൂട്ടി ഈ വിപ്ലവവർഗങ്ങളുടെ സോവിയറ്റുകൾ രൂപീകരിക്കാൻ ശ്രമിക്കണം. അതിനാവശ്യമായ തീക്ഷ്ണസമരം വിമോചനപ്രസ്ഥാനത്തിന്റെ ബൂർഷ്വാനേതൃത്വവുമായി നിരന്തരം നടത്തുകയും വേണം.

മൗവിന്റെ സംഭാവന

ലെനിൻ ആവിഷ്കരിച്ചു നടപ്പിലാക്കിയതിന്റെ അടിസ്ഥാനത്തിൽ ദേശീയവിപ്ലവ പ്രസ്ഥാനം വളർത്തിയെടുക്കാനാണ് മൗ സെ ദോങ്ങിന്റെ നേതൃത്വത്തിൽ ചൈനീസ് കമ്യൂണിസ്റ്റ് പാർട്ടി ശ്രമിച്ചത്. സൺയാത്സെന്നിന്റെ നേതൃത്വത്തിൽ വളർന്നുവന്ന ബൂർഷ്വാദേശീയപ്രസ്ഥാനത്തെ ഭിന്നിപ്പിച്ചു തകർത്ത ചിയാങ് കൈഷേക്കിനെതിരായി നടത്തുന്ന സമരത്തിൽ പ്രധാന ബഹുജനശക്തിയായി ചൈനീസ് കമ്യൂണിസ്റ്റുപാർട്ടി കണ്ടത് കൃഷിക്കാരെയാണ്. നാട്ടിൻപുറങ്ങളിലെ സ്ഥിതിഗതികൾ സമൂർത്തമായി പരിശോധിച്ച് അതിലടങ്ങിയ സ്ഫോടകാവസ്ഥ മനസ്സിലാക്കിയ

മൗ അഭിപ്രായപ്പെട്ടതിങ്ങനെയാണ്: 'ഒരൊറ്റ തീപ്പൊരി വീണാൽ കാട്ടുതീ ആളിപ്പടരും.'

ഈ സാഹചര്യത്തിൽ കാർഷികസോവിയറ്റുകൾ എന്ന പദപ്രയോഗംകൊണ്ട് ലെനിൻ ഉദ്ദേശിച്ചതെന്തോ ആ വിപ്ലവ കർഷകസംഘടനകൾ വളർത്തുകയെന്ന ജോലിയിൽ മൗവും അദ്ദേഹത്തിന്റെ നേതൃത്വത്തിൽ ചൈനീസ് കമ്യൂണിസ്റ്റുപാർട്ടിയും ഏർപ്പെട്ടു. ക്യാന്റൺ, ഷാങ്ഹായ് മുതലായ നഗരങ്ങളിലെ വ്യവസായത്തൊഴിലാളികളുടെ സമരങ്ങൾ നയിച്ചു പ്രായോഗികാനുഭവം നേടിയിട്ടുള്ള സമർത്ഥരായ പ്രവർത്തകരിൽ ഒരു ചെറുന്യൂനപക്ഷത്തെമാത്രം രഹസ്യപ്രവർത്തനത്തിനുവേണ്ടി പട്ടണങ്ങളിൽത്തന്നെ നിർത്തുകയും ബഹുഭൂരിപക്ഷത്തെ നാട്ടിൻപുറങ്ങളിലേക്കയച്ച് കൃഷിക്കാരുടെ വിപ്ലവസമരങ്ങൾക്ക് സംഘടിതരൂപം നൽകുകയും ചെയ്യാനാണ് അവർ ശ്രമിച്ചത്. ഇതിന്റെ ഫലമായി ചുരുക്കം സമയത്തിനുള്ളിൽ വിവിധ സംസ്ഥാനങ്ങളിൽ സുസംഘടിതവും വ്യാപകവുമായ കാർഷികവിപ്ലവപ്രസ്ഥാനം ഉയർന്നുവന്നു. ഇതിന് ആക്കവും ഊക്കും കൂട്ടാൻ ഭരണാധികാരിവർഗങ്ങൾക്കിടയിലുള്ള വൈരുധ്യങ്ങൾ സമർത്ഥമായി ഉപയോഗപ്പെടുത്തുകയും ചെയ്തു. ഇതാണ് ഒരു കാൽനൂറ്റാണ്ട് കാലത്തെ ക്ലേശകരമായിട്ടാണെങ്കിലും ക്രമാനുഗതമായി വളരുന്ന ഒരു ശക്തിയെന്ന നിലയ്ക്ക് ചൈനീസ് കമ്യൂണിസ്റ്റുപാർട്ടിയെ വളർത്തിയതും ചൈനീസ് വിപ്ലവത്തെ 1949 ൽ വിജയത്തിലേക്കെത്തിച്ചതും.

ലെനിൻ ഉദ്ദേശിച്ച മാർഗമനുസരിച്ച് ദേശീയ വിപ്ലവശക്തികളെ സംഘടിപ്പിക്കാൻ ശ്രമിച്ച ചൈനീസ് കമ്യൂണിസ്റ്റുപാർട്ടിക്ക് അധികം കഴിയുന്നതിനുമുമ്പ് തന്നെ സായുധസമരമെന്ന മാർഗമംഗീകരിക്കേണ്ടിവന്നു. സ്റ്റാലിന്റെ ഭാഷയിൽ 'ആയുധമേന്തിയ വിപ്ലവശക്തികളും ആയുധമേന്തിയ പ്രതിവിപ്ലവശക്തികളും തമ്മിലുള്ള ഏറ്റുമുട്ട'ലാണ് ചൈനീസ് വിപ്ലവത്തിന്റെ സവിശേഷതയെന്നുവന്നു. ഈ കാൽനൂറ്റാണ്ടു കാലത്ത് പലപ്പോഴും താൽക്കാലികമായി കുമിന്താങ്-കമ്യൂണിസ്റ്റ് സഹകരണവുമുണ്ടായിട്ടുണ്ട്; പലപ്പോഴും രൂക്ഷമായ ഏറ്റുമുട്ടലും നടന്നിട്ടുണ്ട്; എന്നാൽ ഏറ്റുമുട്ടലില്ലാത്ത കാലത്തും ഇരുചേരികളും സായുധരായിത്തന്നെ തുടർന്നു, അങ്ങനെ രണ്ടു സായുധഗ്രൂപ്പുകൾ തമ്മിലുള്ള സഹവർത്തിത്വമായിട്ടാണ് കുമിന്താങ്-കമ്യൂണിസ്റ്റ് സഹകരണം തന്നെ അനുഭവപ്പെട്ടത്.

ലെനിനിസത്തിന്റെ കാഴ്ചപ്പാടനുസരിച്ചുള്ള വിപ്ലവമുന്നേറ്റത്തിന്റെ ഉജ്ജ്വലമായ ഒരു മാതൃകയാണ് ചൈനീസ് വിപ്ലവം. അത് അതേപടി പകർത്തുകയെന്നത് ഒരു രാജ്യത്തും സാധ്യമാവുകയില്ല. അതിനുശ്രമിക്കുന്നത് ലെനിനിസത്തിന്റെ നിഷേധമാണുതാനും. എന്തുകൊണ്ടെന്നാൽ 'ഓരോ രാജ്യത്തിന്റെയും സവിശേഷസാഹചര്യങ്ങളും പരിതഃസ്ഥിതികളും സമൂർത്തമായി പരിശോധിച്ച് വിലയിരുത്തി. അതിനനുസരിച്ച നയപരിപാടികളാവിഷ്കരിക്ക'ലാണ് ലെനിനിസത്തിന്റെ ജീവൻ.

എന്നാൽ ചൈനീസ് കമ്യൂണിസ്റ്റുപാർട്ടി അംഗീകരിച്ച വിപ്ലവത്തിന്റെ

കാതലായ ഭാഗം—കൃഷിക്കാരുടെ വിപ്ലവസമരങ്ങളാണ് ജനാധിപത്യ ദേശീയവിപ്ലവത്തിന്റെ ഉള്ളടക്കമെന്ന സംഗതി—ഇന്ത്യക്കും ബാധകമാണ്. ഇക്കാര്യത്തിൽ ഇന്ത്യയിലെ മാർക്സിസ്റ്റുകാർ കാണിച്ചതും കാണിക്കുന്നതുമായ അവഗണനയാണ് ഇന്ത്യയിലെ സാമ്രാജ്യവിരോധപ്രസ്ഥാനത്തെ മുഖ്യമായും ബൂർഷ്വാ ജനാധിപത്യത്തിന്റേതായ ഒരു പ്രസ്ഥാനമാക്കി ഒതുക്കിനിർത്തിയത്.

ഗാന്ധിസത്തിന്റെ ഉള്ളടക്കം

ഇക്കാര്യത്തിൽ ഇന്ത്യൻ മാർക്സിസ്റ്റുകാർക്ക് പറ്റിയ പരാജയത്തോടൊപ്പംതന്നെ പ്രാധാന്യമുള്ള മറ്റൊരു ഘടകമാണ് ഗാന്ധിയൻ ചിന്താഗതിയുടെ ഉയർച്ചയും വളർച്ചയും. ചൈനയിലെന്നപോലെതന്നെ ഇന്ത്യയിലും കാർഷികവിപ്ലവത്തിനുവേണ്ട വസ്തുനിഷ്ഠസാഹചര്യങ്ങൾ നിലവിലുണ്ടായിരുന്നു. 'ഒരു തീപ്പൊരി വീണാൽ കാട്ടുതീ പരക്കുമെന്നു' പറഞ്ഞത് ചൈനക്കെന്നതിനെക്കാൾ ഒട്ടുംകുറയാതെ ഇന്ത്യക്കും ബാധകമായിരുന്നു. എന്നാൽ അതിനെ കാട്ടുതീയായി പരക്കാനനുവദിക്കാതെ തല്ലിക്കെടുത്തുകയും ഫ്യൂഡൽ-ബൂർഷ്വാഭരണാധികാരിവർഗങ്ങളുടെ വീട്ടാവശ്യങ്ങൾക്കായി ഉപയോഗിക്കാവുന്ന തീയാക്കി മാറ്റുകയുംചെയ്യാൻ ഗാന്ധിസം സഹായിച്ചു.

ഗ്രാമീണജീവിതത്തോടുള്ള വൈകാരികമായ അടുപ്പം, നവീന യന്ത്രങ്ങളോടും വ്യവസായങ്ങളോടുമുള്ള വെറുപ്പ്, മതവിശ്വാസങ്ങളോടും ദൈവത്തോടും മറ്റുമുള്ള കൂറ് മുതലായവ ഉൾക്കൊള്ളുന്ന ഗാന്ധിയുടെ വ്യക്തിത്വം കൃഷിക്കാർക്ക് ആകർഷകമായിരുന്നു. ബ്രിട്ടീഷ് ഭരണത്തിനെതിരായ പ്രക്ഷോഭസമരങ്ങൾ സംഘടിപ്പിച്ച ദേശീയ നേതാവായ ഗാന്ധിതന്നെ ഹൈന്ദവസംസ്കാരത്തിന്റേതായ ഭാഷയിൽ സംസാരിച്ചതുകൊണ്ട് ഹിന്ദുക്കളായ കൃഷിക്കാരും മുസ്ലീങ്ങളുടെ വികാരങ്ങളെ ഇളക്കിവിട്ട് ഖിലാഫത്ത് പ്രശ്നം ഏറ്റെടുത്തതുകൊണ്ട് മുസ്ലിം കൃഷിക്കാരും അദ്ദേഹത്തിന്റെ പിന്നിൽ അണിനിരന്നു. അങ്ങനെ 1857 ലെ ചരിത്രപ്രസിദ്ധമായ ബ്രിട്ടീഷ് വിരുദ്ധകലാപത്തിനുശേഷം ആദ്യമായി ഇന്ത്യയിലെ കർഷകജനസാമാന്യം സാമ്രാജ്യാധിപത്യത്തിനെതിരായി അണിനിരന്നു; 1857 ലെ കലാപം വടക്കേ ഇന്ത്യയിൽ മാത്രമായി ഒതുങ്ങിനിന്നപ്പോൾ ഇപ്പോഴത്തേത് ഇന്ത്യയിലാകെ വ്യാപിച്ച ഒന്നായിരുന്നുവെന്ന സവിശേഷതയുണ്ടുതാനും.

ഗാന്ധിയുടെ രംഗപ്രവേശംവരെ ഇന്ത്യൻ നാഷണൽ കോൺഗ്രസും സാമ്രാജ്യവിരോധപരമായ മറ്റു സംഘടനകളുമെല്ലാം മിക്കവാറും ഇടത്തരക്കാരെമാത്രം ആകർഷിച്ച സംഘടനകളായിരുന്നു. അവയിൽ വെച്ചേറ്റവും തീവ്രവാദപരമായ നിലപാടെടുത്ത സംഘടനകൾപോലും വിദ്യാർഥികളെയും ഇടത്തരക്കാരായ ചെറുപ്പക്കാരെയും മാത്രം അണിനിരത്താൻ പര്യാപ്തമായ പരിപാടികളാണാവിഷ്കരിച്ചത്. ഇതിൽനിന്നെല്ലാം വ്യത്യസ്തമായി, ദരിദ്രജനസാമാന്യത്തെ ആകർഷിച്ചണിനിരത്താൻ ഗാന്ധിക്ക് കഴി

ഞ്ഞു. അതിനു പ്രയോജനപ്പെടുന്ന തരത്തിലാണ് അദ്ദേഹം തന്റെ പ്രക്ഷോഭപരിപാടികൾ ആസൂത്രണം ചെയ്തത്. അതിനുവേണ്ടി അദ്ദേഹം ഉപയോഗിച്ച ഭാഷ, അംഗീകരിച്ച ഉടുപ്പും നടപ്പും മുതലായവയെല്ലാം അദ്ദേഹത്തെ ദരിദ്രജനസാമാന്യത്തിന്റെ ആരാധനാപാത്രമാക്കി. സാധാരണ രീതിയിലുള്ള ഒരു രാഷ്ട്രീയനേതാവായല്ല, ഒരവതാരപുരുഷനും ദൈവദൂതനുമായാണ് അവർ അദ്ദേഹത്തെ കണ്ടത്.

ഗാന്ധിക്ക് മുമ്പും പിമ്പുമുണ്ടായിരുന്ന എല്ലാ ദേശീയനേതാക്കളിൽ നിന്നും അദ്ദേഹത്തെ വേർതിരിച്ചു നിർത്തുന്ന ഈ സവിശേഷത അദ്ദേഹത്തിന്റെ നേതൃത്വത്തിൽ വളർന്നുവന്ന സാമ്രാജ്യവിരോധപ്രസ്ഥാനത്തിന്റെ ശക്തിക്കെന്നപോലെ ദൗർബല്യത്തിനും അടിസ്ഥാനമായിരുന്നുവെന്നു പറയാം. രാഷ്ട്രീയസമരരംഗത്തേക്ക് ഇതേവരെ കടന്നുവന്നിരുന്നില്ലാത്ത കോടാനുകോടി ദരിദ്രജനവിഭാഗങ്ങളെ പ്രസ്ഥാനത്തിലേക്കാകർഷിച്ചുവെന്നതാണ് ഗാന്ധിയൻ നേതൃത്വത്തിൽനിന്ന് സാമ്രാജ്യവിരോധപ്രസ്ഥാനത്തിനു കിട്ടിയ നേട്ടം. എന്നാൽ സാമ്രാജ്യ വിരുദ്ധസമരത്തിന്റെ അണികളിലേക്കു കുതിച്ചു പാഞ്ഞു കയറുന്ന ദരിദ്രജനതയെ അവർക്കറിയാവുന്ന വിപ്ലവമാർഗങ്ങളിൽനിന്ന് പിന്തിരിപ്പിച്ച് ഇന്ത്യയിലെ ചൂഷകവർഗങ്ങൾക്ക് യാതൊരുവിധ ആപത്തും സൃഷ്ടിക്കാത്ത മാർഗങ്ങളിൽ ഒതുക്കി നിർത്തിയെന്നതാണ് അതിന്റെ ദൗർബല്യം.

ജന്മി, ഹുണ്ടികക്കാരൻ, കൊള്ളലാഭക്കാരനായ വ്യാപാരി, വ്യവസായമുതലാളി എന്നിവർക്കെല്ലാം എതിരായി പോരാടുന്ന ദരിദ്രജനവിഭാഗങ്ങൾക്ക് ന്യായമായി കിട്ടേണ്ട അവകാശങ്ങളെക്കുറിച്ച് ഗാന്ധി ധാരാളം പ്രസംഗിച്ചു. അവ നേടിയെടുക്കുന്നതിനുവേണ്ടിയുള്ള പണിമുടക്കുകളും മറ്റു സമരമാർഗങ്ങളും അദ്ദേഹം അംഗീകരിക്കുകയും ചെയ്തു. ഖിലാഫത്ത്-നിസ്സഹകരണപ്രസ്ഥാനത്തിലൂടെ അഖിലേന്ത്യാ ദേശീയനേതൃത്വത്തിലേക്ക് ഉയരുന്നതിനുമുമ്പുതന്നെ ബിഹാറിലെ ചമ്പാരൺ ജില്ലയിലെ കൃഷിക്കാരുടെ സമരം അദ്ദേഹം സംഘടിപ്പിച്ചിരുന്നു. തുടർന്നുള്ള കാലങ്ങളിൽ ഗാന്ധിതന്നെ നേരിട്ടോ അദ്ദേഹത്തിന്റെ വിശ്വസ്ത സഹപ്രവർത്തകന്മാർ മുഖേനയോ ഗുജറാത്തിലെ ബർദോളിയിലും മറ്റു പല സ്ഥലങ്ങളിലും കർഷകസമരങ്ങൾ സംഘടിപ്പിക്കുന്നതിനും അദ്ദേഹം നേതൃത്വം നൽകി. വ്യവസായത്തൊഴിലാളികളുടെ കാര്യത്തിലാകട്ടെ, അഹമ്മദാബാദിലെ 'മിൽമജൂർ മഹാജൻ' സംഘടിപ്പിച്ചതും ഗാന്ധി തന്നെയാണ്, അതു പിന്നീട് വളർത്തിയെടുത്തതോ, അദ്ദേഹത്തിന്റെ ഉത്തമശിഷ്യന്മാരും.

എന്നാൽ ഈ ബഹുജനസംഘടനകളും സമരങ്ങളുമൊന്നും 'അതിരുവിട്ടു' പോകരുതെന്നു ഗാന്ധിക്കു നിർബന്ധമായിരുന്നു. താൻ സംഘടിപ്പിക്കുന്ന തൊഴിലാളി-കർഷകസമരങ്ങളും അവയിൽ നിന്നുടലെടുക്കുന്ന സംഘടനകളുമെല്ലാം ധനികവർഗത്തിന്റെ സ്വത്തുക്കൾ പിടിച്ചെടുക്കുന്നതിൽ ചെന്നെത്തരുതെന്നദ്ദേഹം നിർബന്ധിച്ചു. സമൂഹത്തിന്റെ പൊതുസ്വത്തെന്ന നിലയ്ക്ക്, ദരിദ്രജനതയുടെ താൽപര്യം സംരക്ഷിച്ചുകൊണ്ട്,

അമിതലാഭമെടുക്കാതെ, ജനനന്മയ്ക്കുവേണ്ടി സ്വത്തുക്കളുപയോഗിക്കുന്ന ജനസേവകന്മാരായി ധനികവർഗങ്ങളെ മാറ്റുകയാണാവശ്യമെന്ന് അദ്ദേഹം വാദിച്ചു. ഈ വാദഗതിക്കാണ് 'ട്രസ്റ്റീഷിപ്പ് സിദ്ധാന്ത'മെന്ന പേർ നൽകപ്പെട്ടത്.

കൂടാതെ, മില്ലുടമകളോ മറ്റു മുതലാളിമാരോ ആയി സമരം നടത്തുന്ന തൊഴിലാളികൾ തങ്ങളുടെ സാമ്പത്തികാവശ്യങ്ങളിൽ ഒതുങ്ങി നിൽക്കണം, രാഷ്ട്രീയാവശ്യങ്ങൾക്കുവേണ്ടിയുള്ള പണിമുടക്ക് നടത്തരുത്, അതുകൊണ്ട് രാഷ്ട്രീയത്തിനതീതമായ തൊഴിലാളിയൂണിയനുകളേ ഉണ്ടാകാവൂ—ഇതും ഗാന്ധിക്ക് നിർബന്ധമാണ്. താൻ ആസൂത്രണം ചെയ്തു നടപ്പിലാക്കുന്ന രാഷ്ട്രീയസമരപരിപാടിയിൽ തൊഴിലാളികൾ പങ്കെടുക്കുന്നതിന് ഇതൊരു തടസ്സമാവുകയില്ലെന്ന് ഗാന്ധിക്കറിയാമായിരുന്നു. എന്തുകൊണ്ടെന്നാൽ, തൊഴിലാളികളെയും മുതലാളിമാരെയും കച്ചവടക്കാരെയും ആഫീസ് ജോലിക്കാരെയും മുഴുവൻ ബാധിക്കുന്ന ഒരു സമരമാർഗം അദ്ദേഹം ആവിഷ്കരിച്ചു-ഹർത്താൽ. തൊഴിലാളിവർഗത്തിന്റെ ഒരു സവിശേഷ സമരോപകരണമായ രാഷ്ട്രീയ പണിമുടക്ക് നടക്കാതെ കഴിക്കുകയും, അതോടൊപ്പം തൊഴിലാളികളെ മുതലാളിവർഗ നേതൃത്വത്തിൽ സമരരംഗത്തിറക്കുകയും ചെയ്യാൻ തികച്ചും പ്രയോജനപ്പെടുന്ന ഒരു മാർഗമായിരുന്നു ഇത്.

'അക്രമരാഹിത്യ'ത്തിന്റെ അർഥം

ഇതിന്റെയെല്ലാം പശ്ചാത്തലത്തിലാണ് സാമ്രാജ്യവിരുദ്ധസമരം അഹിംസാത്മകമായിരിക്കണമെന്ന ഗാന്ധിയുടെ നിഷ്കർഷയെ അദ്ദേഹം ബൂർഷ്വാ ദേശീയപ്രസ്ഥാനത്തിനു നൽകിയ മഹത്തായ സംഭാവനയായി നാം വിലയിരുത്തേണ്ടത്. ബൂർഷ്വാ ദേശീയതയുടെയും ദേശീയവിപ്ലവത്തിന്റെയും ശക്തികൾ കെട്ടുപിണഞ്ഞു കിടക്കുന്നതിനിടയിലേക്കു കടന്നുചെന്ന് ബൂർഷ്വാ ദേശീയതയുടെ തടസ്സങ്ങൾ തട്ടിനീക്കി ദരിദ്ര ജനസാമാന്യത്തിന്റെ വിപ്ലവപരമായ കഴിവുകൾ മുഴുവൻ ഉയർത്തിക്കൊണ്ടുവന്ന, ദരിദ്രജനതയുടെ സമരോപകരണങ്ങളും അധികാരകേന്ദ്രങ്ങളുമെന്ന നിലയ്ക്ക് കൃഷിക്കാരുടെയും മറ്റധ്വാനിക്കുന്ന ബഹുജനങ്ങളുടെയും സോവിയറ്റുകൾ രൂപീകരിക്കുകയെന്ന കാഴ്ചപ്പാടാണല്ലോ ലോക കമ്യൂണിസ്റ്റു പ്രസ്ഥാനത്തിന്റെ മുമ്പിൽ ലെനിൻ ആവിഷ്കരിച്ചത്. ആ വഴിക്ക് ഇന്ത്യൻ സാമ്രാജ്യവിരുദ്ധപ്രസ്ഥാനം നീങ്ങുകയില്ലെന്നതിന് ഉറപ്പുണ്ടാക്കുകയാണ് ഗാന്ധിയുടെ അഹിംസാസിദ്ധാന്തം ചെയ്തത്.

തന്റെ ആഹ്വാനമനുസരിച്ച് സമരരംഗത്തേക്ക് കടന്നുവന്ന കൃഷിക്കാർ തങ്ങൾക്കറിയാവുന്ന വിപ്ലവത്തിന്റെ മാർഗം അംഗീകരിച്ച സ്ഥലത്തും സന്ദർഭത്തിലുമെല്ലാം അവരെ ശക്തിയായ ഭാഷയിൽ അപലപിക്കാനും കൈവെടിയാനും ഗാന്ധി മടിച്ചില്ല. ഖിലാഫത്ത്-നിസ്സഹരണപ്രസ്ഥാനത്തെത്തുടർന്ന് മലബാറിലും ചൗരിചൗരയിലുമെല്ലാം അഹിംസാത്മകമല്ലാത്ത സമരങ്ങൾ നടന്നപ്പോൾ അതിന്റെപേരിൽ പ്രസ്ഥാനം

തന്നെ നിർത്തിവെക്കുകയും അത് തുടങ്ങിവെച്ചതിൽ തനിക്കൊരു 'ഹിമാലയൻ തെറ്റ്' പറ്റിയെന്ന് പരസ്യമായി സമ്മതിക്കുകയും ചെയ്യാനദ്ദേഹം മടിച്ചില്ലെന്നത് ശ്രദ്ധേയമാണ്. പിന്നീട് നടന്ന നിരവധി സമരങ്ങളിലോരോന്നിലും അഹിംസാമാർഗം മുറുകെപ്പിടിക്കാൻ ജനങ്ങളെ അദ്ദേഹം നിർബന്ധിച്ചു.

1942 ലെ ക്വിറ്റിന്ത്യാ സമരത്തിൽ മാത്രമാണ് അഹിംസാസിദ്ധാന്തത്തിൽ അയവുവന്നത്. അന്നു പലേടത്തും നടന്ന അക്രമാസക്തപ്രവർത്തനങ്ങൾ ഭരണാധികാരികളുടെ ഭാഗത്തുനിന്നുവന്ന 'മൃഗീയാക്രമണ'ത്തിന്റെ ഫലമാണെന്ന ന്യായത്തിന്മേൽ അവയെ അപലപിക്കാൻ അദ്ദേഹം കൂട്ടാക്കിയില്ല. നേരെമറിച്ച് ഭരണാധികാരികളുടെ ഭാഗത്തുനിന്നുവന്ന ഈ മൃഗീയാക്രമണത്തെ നേരിട്ടുകൊണ്ട് പ്രസ്ഥാനം മുന്നോട്ടുകൊണ്ടുപോകുന്നവരെ അനുഗ്രഹിക്കുകയും അതിന്റെ ശക്തിയെ ആസ്പദിച്ച് ബ്രിട്ടീഷ് ഗവൺമെന്റുമായി ഒരൊത്തുതീർപ്പിലെത്തുന്നതിനുവേണ്ട സാഹചര്യങ്ങൾ സൃഷ്ടിക്കുകയുമാണ് അദ്ദേഹം ചെയ്തത്.

ചുരുക്കത്തിൽ, ലെനിൻ ആവിഷ്കരിച്ചതും മൗ ചൈനയിൽ നടപ്പിലാക്കിയതുമായ വിപ്ലവതത്വങ്ങളുടെയും അവയുടെ അടിസ്ഥാനത്തിൽ ഉടലെടുത്ത വിപ്ലവകരമായ കാഴ്ചപ്പാടുകളുടെയും പരിപൂർണമായ നിഷേധമാണ് ഗാന്ധിയൻ സിദ്ധാന്തങ്ങൾ. ലെനിന്റെയും മൗവിന്റെയും സിദ്ധാന്തങ്ങൾ റഷ്യയിലും ചൈനയിലുമെന്നപോലെ ഗാന്ധിയുടെ സിദ്ധാന്തങ്ങൾ ഇന്ത്യയിലും പ്രയോഗത്തിൽ വന്നു. റഷ്യയിൽ തൊഴിലാളി വർഗസർവാധിപത്യം എന്ന ശാസ്ത്രീയ നാമത്തിൽ അറിയപ്പെടുന്ന ഒരു പുതിയ ഭരണകൂടം 1917 ൽ രൂപംപൂണ്ടു. ചൈനയിലും ജനകീയ ജനാധിപത്യസർവാധിപത്യം എന്ന് മൗവിനാൽ പേരിടപ്പെട്ടതും കൃഷിക്കാരുടെയും ദരിദ്രജനതയുടെയും സോവിയറ്റുകൾ എന്ന് ലെനിൻ വിളിച്ച സംഘടനയുടെയും ഒരു സവിശേഷരൂപവുമായ ഒരു പുതിയ ഭരണകൂടം 1949 ൽ ഉടലെടുത്തു. ഇന്ത്യയിലാകട്ടെ, ബൂർഷ്വാ ജനാധിപത്യത്തിന്റെ എല്ലാ സവിശേഷതകളുമുള്ള ഒരു സാധാരണ പാർലമെന്ററി ജനാധിപത്യ ഭരണവ്യവസ്ഥയാണ് 1947 ൽ രൂപംകൊണ്ടത്.

ആദ്യത്തേത് രണ്ടും അവയുടെ സ്ഥാപക നേതാക്കന്മാർ ഉദ്ദേശിച്ചതുപോലെ, അന്ന് ഇന്ത്യയെപ്പോലെ തന്നെ പിന്നണിയിൽ കിടന്ന റഷ്യയെയും ചൈനയെയും അതിവേഗത്തിൽ വികസിതരാജ്യങ്ങളാക്കി മാറ്റി. ഇന്ത്യയാകട്ടെ, പിന്നോക്കാവസ്ഥ പരിഹരിക്കാനുള്ള ശ്രമത്തിൽ ഒന്നിനുമീതെ മറ്റൊന്നായി നിരവധി പ്രതിസന്ധികളെ നേരിടുകയും അവയ്ക്ക് ഓരോന്നിനും കാണുന്ന 'പരിഹാരം' മറ്റൊരു പ്രതിസന്ധിക്ക് വഴിവെക്കുകയും ചെയ്യുന്ന സ്ഥിതിയിലേക്ക് ക്രമേണ ക്രമേണയായി അധഃപതിച്ചു വരുകയാണ്.

ഇതിനുമുമ്പ് സൂചിപ്പിച്ചതുപോലെ തന്റെ നേതൃത്വത്തിൽ നടന്ന 'വിപ്ലവം' ഒരു പരാജയമായിരുന്നുവെന്ന് അതിന്റെ അവസാനകാലത്ത് ഗാന്ധിക്ക് തന്നെ തോന്നിയിരുന്നു. എന്നാൽ അദ്ദേഹത്തിന്റെ സന്തതസഹചാരി

കളും പ്രവർത്തകരുമെല്ലാം അത് വിജയമായാണ് കണക്കാക്കിയത്. ഈ അന്തരത്തിന്റെ കാരണമെന്ത്?

ഗാന്ധിയും സഹപ്രവർത്തകരും

ഈ ചോദ്യത്തിനുത്തരം കാണണമെങ്കിൽ, അഖിലേന്ത്യാ ദേശീയ നേതൃത്വത്തിലേക്ക് ഗാന്ധി ഉയർന്ന കാലംതൊട്ട് അദ്ദേഹവും സഹപ്രവർത്തകന്മാരും തമ്മിൽ മൗലികവും തീക്ഷ്ണവുമായ അഭിപ്രായ വ്യത്യാസങ്ങൾ ഉണ്ടായിരുന്നുവെന്ന യാഥാർഥ്യം നാം അംഗീകരിക്കണം. അതിനുള്ള കാരണങ്ങൾ കണ്ടുപിടിക്കണം.

തന്റെ രാഷ്ട്രീയഗുരുവായി ആദരിച്ചാരാധിച്ച ഗോഖലെ, തന്റെ ഉത്തമ ശിഷ്യന്മാരും അനുയായികളുമായി കണക്കാക്കപ്പെട്ട രാജഗോപാലാചാരി, ജവാഹർലാൽ നെഹ്റു, സർദാർ പട്ടേൽ മുതലായവർ—ഇവരെല്ലാമായി ഗാന്ധിക്ക് മൗലികമായി വൈരുധ്യമുണ്ടായിരുന്നു. ഗോഖലെ മൗലികമെന്നു കരുതിയ എല്ലാ രാഷ്ട്രീയ- ധാർമിക മൂല്യങ്ങൾക്കും കടകവിരുദ്ധമായാണ് സഹനസമരവും നിയമലംഘനവും നികുതിനിഷേധവുമടങ്ങുന്ന ഒരു പ്രവർത്തന പരിപാടി ഗാന്ധി ആവിഷ്കരിച്ചത്. അദ്ദേഹത്തിന്റെ 'മനഃസാക്ഷി സൂക്ഷിപ്പുകാര'നായി പ്രഖ്യാപിക്കപ്പെട്ട രാജഗോപാലാചാരിയാകട്ടെ ചരിത്രപ്രസിദ്ധമായ 'ക്വിറ്റിന്ത്യാ' സമരകാലത്ത് ആ പരിപാടിയെ തുറന്നെതിർക്കുകയും ചെയ്തു. ദേശീയ നേതൃത്വത്തിൽ തന്റെ 'അനന്തരാവകാശി'യാണെന്ന് ഗാന്ധിതന്നെ പ്രഖ്യാപിച്ച ജവാഹർലാൽ നെഹ്റുവുമായി ഒരു കാലത്തും ഗാന്ധിക്കിണങ്ങാൻ കഴിഞ്ഞില്ല. തന്റെ വിശ്വസ്താനുയായിയും ബർദോളിയടക്കം നിരവധി സമരങ്ങളിൽ തന്റെ മുഖ്യസംഘാടകനായി പ്രവർത്തിച്ച വ്യക്തിയുമായ സർദാർ പട്ടേലിന്റെ മുസ്ലിം-പാകിസ്ഥാൻ വിരോധത്തിൽ പ്രതിഷേധിച്ചാണ് ഗാന്ധിക്ക് തന്റെ അവസാന നിരാഹാരവ്രതത്തിൽ ഏർപ്പെടേണ്ടിവന്നതെന്നത് പ്രഖ്യാപിക്കപ്പെടാത്തതെങ്കിലും അനിഷേധ്യമായ ഒരു വസ്തുതയാണ്. ഇവരും ഗാന്ധിയും തമ്മിൽ പ്രത്യക്ഷപ്പെട്ട അഭിപ്രായവ്യത്യാസങ്ങളുടെയും വൈരുധ്യങ്ങളുടെയും അടിയിൽ കിടക്കുന്ന വസ്തുതയെന്താണ്?

ഗാന്ധി ആവിഷ്കരിച്ച തത്വങ്ങളുടെയും ആസൂത്രണം ചെയ്ത പരിപാടികളുടെയുമെല്ലാം അർഥം വസ്തുനിഷ്ഠമായി പരിശോധിച്ചാൽ നാം ചെന്നെത്തുന്ന നിഗമനം ഇതാണ്. ബ്രിട്ടീഷ് ഭരണാധികാരികൾക്കെതിരായി ഇന്ത്യയിലെ ജനസാമാന്യത്തെ വൻതോതിൽ അണിനിരത്തുകയും, അതേയവസരത്തിൽ ഇന്ത്യൻ ധനികവർഗങ്ങൾക്കെതിരായി അണിനിരക്കുന്നതിൽനിന്ന് തടയുകയും ചെയ്യുകയാണ് ആ പരിപാടികളുടെ അനിവാര്യഫലം. എന്നാൽ ആത്മനിഷ്ഠമായി ഈ ഉദ്ദേശ്യമാണദ്ദേഹത്തിനുണ്ടായിരുന്നതെന്ന് പറയുന്നത് നാമദ്ദേഹത്തിന്റെ വ്യക്തിത്വത്തോടു ചെയ്യുന്ന ഒരപരാധമായിരിക്കും. അദ്ദേഹം ഉയർത്തിപ്പിടിച്ച ധാർമികമൂല്യങ്ങളുടെ കാര്യത്തിൽ—സത്യം, അഹിംസ, ബ്രഹ്മചര്യം മുത

ലായവയിൽ—അദ്ദേഹത്തിനു വിശ്വാസമുണ്ടായിരുന്നുവെന്ന വസ്തുത നിഷേധിക്കാതെതന്നെ ആ ധാർമികമൂല്യങ്ങൾ പ്രചരിപ്പിച്ചും അവയെ ആസ്പദമാക്കിയും സംഘടിപ്പിക്കപ്പെട്ട അദ്ദേഹത്തിന്റെ പ്രായോഗിക രാഷ്ട്രീയ പ്രവർത്തനത്തിന്റെ ഫലങ്ങൾ പരിശോധിക്കുന്ന ഒരാൾക്ക് അദ്ദേഹത്തിന്റെ പ്രവർത്തനം ഇന്ത്യൻ ബൂർഷ്വാസിയെ സഹായിക്കുക യാണ് ചെയ്തിട്ടുള്ളതെന്ന് വ്യക്തമായി കാണാൻ കഴിയും. ഈ അർഥ ത്തിൽ ഇന്ത്യൻ ബൂർഷ്വാസിയുടെ ഒരു ഉത്തമപ്രതിനിധിയും സമർഥനേ താവുമായിരുന്നു ഗാന്ധിയെന്നു പറയാൻ മടിക്കേണ്ടതില്ല.

എന്നാൽ അദ്ദേഹത്തിന്റെ ട്രസ്റ്റിഷിപ്പ് സിദ്ധാന്തവും അഹിംസാ തത്വ വുമെല്ലാം ഇന്ത്യൻ ബൂർഷ്വാസിയെ സഹായിക്കണമെന്ന മനഃപൂർവമായ ഉദ്ദേശ്യത്തോടെ ഗാന്ധി ആവിഷ്കരിച്ചതാണെന്ന് ഇതിനർഥമില്ല. വ്യക്തി പരമായി നോക്കിയാൽ മനുഷ്യസ്നേഹിയും 'ദരിദ്രനാരായണ'ന്റെ ആരാ ധകനുമായിരുന്ന ഗാന്ധിതന്നെ താൻ ആത്മാർത്ഥമായി വിശ്വസിക്കു കയും പ്രചരിപ്പിക്കുകയും ചെയ്ത ആശയങ്ങളനുസരിച്ചു പ്രവർത്തിച്ച പ്പോഴുണ്ടായഫലം 'ദരിദ്രനാരായണ'ന്റെ ശത്രുക്കൾക്ക് രാഷ്ട്രീയാധി കാരം കിട്ടി അവരുടെ സാമ്പത്തികശക്തി വളരാനുള്ള സാഹചര്യം ഉളവാ ക്കുകയാണുണ്ടായതെന്നേ പറയേണ്ടൂ. അതായത് ചൂഷകവർഗങ്ങളുടെ താൽപര്യങ്ങൾ സംരക്ഷിക്കുന്നതിനുവേണ്ടി ബോധപൂർവം പ്രവർത്തി ക്കുന്ന ഒരു ബൂർഷ്വാ ഏജന്റാണ് ഗാന്ധിയെന്ന നിലപാടെടുക്കാതെ തന്നെ, അദ്ദേഹത്തിന്റെ സിദ്ധാന്തങ്ങളുടെയും പ്രവർത്തനത്തിന്റെയും സ്വഭാവവും സാഹചര്യവുംനിമിത്തം അദ്ദേഹം ഇന്ത്യൻ ബൂർഷ്വാസി യുടെ ഉത്തമപ്രതിനിധിയും സമർഥനായ ഒരു നേതാവുമെന്ന നിലയി ലേക്കു ഉയർന്നുവെന്നു നമുക്കുപറയാൻ കഴിയും.

(കമ്യൂണിസ്റ്റ് ഇന്റർനാഷണൽ 1928 ൽ അംഗീകരിച്ച പരിപാടിയിൽ ഗാന്ധിസത്തെപ്പറ്റി പരാമർശിക്കുന്ന ഭാഗവും ഈ ലേഖകന്റെ *ഗാന്ധി ജിയും ഗാന്ധിസവു*മെന്ന ഗ്രന്ഥത്തിന്റെ പ്രസക്തഭാഗവും അനുബന്ധ മായി കൊടുത്തിട്ടുള്ളത് നോക്കുക).

ഗാന്ധിയുടെ വ്യക്തിപരമായ ഉദ്ദേശ്യവും അദ്ദേഹത്തിന്റെ പ്രവർത്ത നത്തിന് വസ്തുനിഷ്ഠമായുണ്ടായ ഫലവും തമ്മിലുള്ള ഈ അന്തര മാണ് 1947 ആഗസ്ത് 15 ന് പ്രത്യക്ഷപ്പെട്ടത്. മുമ്പെന്നപോലെ അന്നും താൻ പരസ്യമായി പ്രഖ്യാപിക്കുന്ന ആദർശലക്ഷ്യങ്ങളിൽ ആത്മാർഥ മായി വിശ്വസിച്ചിരുന്ന ഒരാളാണ് ഗാന്ധി. സ്വരാജെന്നാൽ വെളുത്ത ഭര ണാധികാരികളിൽ നിന്ന് കറുത്തവരിലേക്കുള്ള അധികാരക്കൈമാറ്റമ ല്ലെന്നും 'ദരിദ്ര നാരായണന്റെ' അധികാരലബ്ധിയാണെന്നും മറ്റുമുള്ള തന്റെ അഭിപ്രായത്തിൽ അദ്ദേഹം ഉറച്ചുനിന്നിരുന്നു. ഇതനുസരിച്ചുള്ള സ്വതന്ത്ര ഇന്ത്യക്കാണ് അദ്ദേഹം 'രാമരാജ്യ'മെന്ന് പേരിട്ടത്. എന്നാൽ തന്റെ ശിഷ്യന്മാരും സന്തതസഹചാരികളുമായ രാജാജി-പട്ടേൽ-നെ ഹ്റു പ്രഭൃതികൾ അധികാരമേറ്റെടുത്തതോടുകൂടി താൻ സ്വപ്നംകണ്ടി രുന്ന 'രാമരാജ്യം' തകർന്നുപോയെന്ന് അദ്ദേഹത്തിന്റെ ഉപബോധ മനസ്സ്

പറഞ്ഞു. ദരിദ്രജനതയുടെ ആരാധകന്മാരും സേവകന്മാരുമായിട്ടല്ല സ്വന്തം സ്വാർഥപൂരണത്തിനുവേണ്ടി അധികാരസ്ഥാനങ്ങൾ ഉപയോഗിക്കുന്ന ഒരുപറ്റം ഭരണാധികാരികളായാണ് തന്റെ ശിഷ്യന്മാർ പ്രവർത്തിക്കാൻ പോകുന്നതെന്ന അവ്യക്തമായ ഒരു ബോധം അദ്ദേഹത്തിൽ വളർന്നുവന്നു. പോരെങ്കിൽ, തന്റെ വിശ്വാസപ്രമാണങ്ങളിൽ പ്രധാനമായ ഒന്നെന്ന നിലയ്ക്ക് താൻ മുറുകെപ്പിടിച്ചിരുന്ന ഹിന്ദു-മുസ്ലിം സൗഹാർദം അമ്പേ തകർന്നുപോയിക്കൊണ്ടിരിക്കുന്നതും, അതിന് ഇന്ത്യയിലെ പുതിയ ഭരണാധികാരികൾതന്നെ കൂട്ടുനിൽക്കുന്നതും കണ്ട് അദ്ദേഹത്തിന്റെ ഹൃദയം തകർന്നു. ഇതാണ് ഇതിന് മുമ്പ് സൂചിപ്പിച്ചതുപോലെ ആഗസ്ത് പതിനഞ്ചിന്റെ പൂർണ സ്വാതന്ത്ര്യദിനാഘോഷത്തിൽ പങ്കെടുക്കാൻ അദ്ദേഹം കൂട്ടാക്കാതിരുന്നതിനും ഇന്ത്യൻ നാഷണൽ കോൺഗ്രസ് എന്ന സംഘടന തന്നെ പിരിച്ചുവിടണമെന്ന നിർദേശം അദ്ദേഹം ഉന്നയിച്ചതിനും കാരണം.

വൈരുധ്യം–1947 ലും അതിനുശേഷവും

പ്രഖ്യാപിക്കപ്പെട്ട ഉദ്ദേശ ലക്ഷ്യങ്ങളും അവ നേരിടുന്നതിനുവേണ്ടി സംഘടിപ്പിക്കപ്പെട്ട പ്രസ്ഥാനത്തിന്റെ ഫലവും തമ്മിലുള്ള ഈ അന്തരം ഗാന്ധിയുടെ ശിഷ്യന്മാരും സഹപ്രവർത്തകരുമായിരുന്ന പുതിയ ഭരണാധികാരികൾക്ക് ഇല്ല. ഗാന്ധി പ്രഖ്യാപിച്ച ആദർശലക്ഷ്യങ്ങൾ മുഴുവൻ അവരെ സംബന്ധിച്ചിടത്തോളം തങ്ങൾ ഉദ്ദേശിക്കുന്ന പുതിയ (ബൂർഷ്വാ ദേശീയ) സ്വതന്ത്ര ഇന്ത്യ കെട്ടിപ്പടുക്കുന്നതിനുള്ള ഉപായങ്ങൾ മാത്രമായിരുന്നു. സത്യം, അഹിംസാ, ട്രസ്റ്റീഷിപ്പ് സിദ്ധാന്തം മുതലായവയൊന്നും ഗാന്ധിയെപ്പോലെ അടിസ്ഥാനതത്വങ്ങളായി അംഗീകരിക്കാൻ അവർ തയ്യാറായിരുന്നില്ല. ഈ സിദ്ധാന്തങ്ങളുടെയെല്ലാം അടിസ്ഥാനത്തിലാണെന്ന് പറഞ്ഞുകൊണ്ട് ഗാന്ധി സംഘടിപ്പിച്ച സമരമാർഗങ്ങൾ തങ്ങളുടെ ഉദ്ദേശ്യസിദ്ധിക്ക് പ്രയോജനപ്പെടുമെന്ന് കണ്ടതിനാൽ മാത്രമാണ് അവരെല്ലാം അതംഗീകരിച്ചതും ഗാന്ധിയെ തങ്ങളുടെ നേതാവായി അംഗീകരിച്ചതും. അതിന്റെയെല്ലാം ഫലമായി തങ്ങൾ ഉദ്ദേശിച്ച രീതിയിലുള്ള സ്വരാജ്യം (ഗാന്ധി ഉദ്ദേശിച്ച 'രാമരാജ്യ'മല്ല) കിട്ടിയപ്പോൾ അവർക്ക് സന്തോഷവും സംതൃപ്തിയുമായി. ഈ സാഹചര്യമുപയോഗിച്ച് സ്വയം വളരുകയും ശക്തിപ്പെടുകയും ചെയ്യാനുള്ള ശ്രമത്തിൽ അവർ ഏർപ്പെട്ടു. അവരും ഗാന്ധിയും തമ്മിലുള്ള വൈകാരികമായ അകൽച്ച പൂർണമായി.

ഇത് കഴിഞ്ഞിട്ട് 23 കൊല്ലത്തോളമായിരിക്കുന്നു. ഈ കാലഘട്ടത്തിൽ നടന്ന രാഷ്ട്രീയമാറ്റങ്ങൾ പരിശോധിക്കുമ്പോൾ നാം കാണുന്ന മുഖ്യമായ കാര്യം ഇതാണ്: സ്വാതന്ത്ര്യലബ്ധിയുടെ സമയത്ത് ഗാന്ധിക്ക് മാത്രമുണ്ടായിരുന്ന നിരാശ അന്ന് അതിന് വിധേയരാകാതിരുന്ന അദ്ദേഹത്തിന്റെ അനുയായികളെയും ബാധിച്ചിരിക്കുന്നു. ഏത് സ്വാതന്ത്ര്യദിനാഘോഷത്തിൽ നിന്നാണോ ഗാന്ധി ബോധപൂർവം ഒഴിഞ്ഞുനിന്നത്, അതേ ആഘോഷസമയത്ത് (1947 ആഗസ്ത് 15 ന്) അവർക്കുണ്ടായിരുന്ന ശുഭപ്രതീക്ഷകളെല്ലാം തകർന്നുതരിപ്പണമായിരിക്കുകയാണ്. അന്ന് ഗാന്ധി

ഉദ്ദേശിച്ചതുപോലെ ഇന്ത്യൻ നാഷണൽ കോൺഗ്രസിനെ നിലനിൽക്കാൻ അനുവദിക്കാതെ പിരിച്ചുവിടാൻ കൂട്ടാക്കാത്ത അദ്ദേഹത്തിന്റെ ശിഷ്യന്മാരുടെ കൈകൊണ്ടുതന്നെ ആ സംഘടന തകർക്കപ്പെട്ടിരിക്കുകയാണ്. ഗാന്ധിയുടെ ജീവിതവും അദ്ദേഹം ഉയർത്തിപ്പിടിച്ച ധാർമികമൂല്യങ്ങളുമെല്ലാം മറ്റു പലതുമെന്നപോലെ, കച്ചവടച്ചരക്കായി മാറ്റി അതിൽപ്പോലും കരിഞ്ചന്ത നടത്തുന്നവരുടെ ആഭിമുഖ്യത്തിൽ ഗാന്ധിശതാബ്ദി ആഘോഷിക്കപ്പെട്ടു കഴിഞ്ഞിരിക്കുകയാണ്.

ഇന്ത്യയിൽ മാർക്സിസത്തിന്റെ ദൗർബല്യം

ഇതിനുള്ള കാരണമാരായണമെങ്കിൽ നമുക്ക് വീണ്ടും ലെനിന്റെ മൗലിക കാഴ്ചപ്പാടിലേക്ക് തിരിച്ചു പോകണം. ഇതിനുമുമ്പ് സൂചിപ്പിച്ചതുപോലെ വിദേശമേധാവിത്വത്തിനെതിരായി നാടൻബൂർഷ്വാസിയുടെ നേതൃത്വത്തിൽ നടന്നുകൊണ്ടിരുന്ന സ്വാതന്ത്ര്യസമരത്തിൽ സജീവമായി പങ്കുകൊള്ളുക; അതേ അവസരത്തിൽ ബൂർഷ്വാസിയുടേതിൽ നിന്ന് സ്വതന്ത്രമായ വിപ്ലവനേതൃത്വത്തിൽ കർഷകജനസാമാന്യത്തെ ഒരു സ്വതന്ത്ര സേനയായി അണിനിരത്തി വിപ്ലവപരമായ ഒരു ദേശീയ പ്രസ്ഥാനത്തിന് അടിത്തറപാകുക; അങ്ങനെ വിദേശമേധാവിത്വത്തിനെതിരായി ബൂർഷ്വാനേതൃത്വത്തിൽ തുടങ്ങുന്ന ദേശീയസമരത്തെ ക്രമേണ ക്രമേണയായി ബൂർഷ്വാ—ഫ്യൂഡൽ വർഗങ്ങൾക്കെതിരായ ഒരു വിപ്ലവ ബഹുജന പ്രസ്ഥാനമാക്കി മാറ്റുക—ഇതാണ് ലെനിൻ നിർദേശിച്ച മാർഗം.

ചൈനയിൽ മൗ സെ ദോങ്ങിന്റെയും വിയത്നാമിൽ ഹോചിമിന്റെയും നേതൃത്വത്തിൽ വിജയകരമായി പ്രയോഗിക്കപ്പെട്ട ഈ വിപ്ലവസമര മാർഗം ഇന്ത്യയിൽ പ്രയോഗിക്കപ്പെട്ടിട്ടില്ല. ഇവിടത്തെ വിപ്ലവകാരികളുടെ ഇടയിൽ രണ്ടിലൊരു പ്രവണതയാണ് പ്രകടമായി വന്നത്; ഒന്നുകിൽ എം എൻ റോയ് നിർദേശിച്ചതുപോലെ ബൂർഷ്വാ ദേശീയപ്രസ്ഥാനത്തിനുനേരെ തികച്ചും നിഷേധാത്മകമായ ഒരു നിലപാടെടുത്ത, വിദേശമേധാവിത്വത്തിനെതിരായി അണിനിരക്കുന്ന ഇന്ത്യൻ ജനതയുടെമേൽ ബൂർഷ്വാ ദേശീയനേതൃത്വത്തിനുള്ള പിടിയുറപ്പിക്കാൻ സഹായിക്കുക; അല്ലെങ്കിൽ ലെനിൻ നിർദേശിച്ച മാർഗം അനുസരിക്കുകയാണെന്നപേരിൽ ബൂർഷ്വാ ദേശീയപ്രസ്ഥാനത്തിൽ അലിഞ്ഞുചേർന്ന് ലെനിനിസ്റ്റ് വിപ്ലവതന്ത്രത്തിന്റെ ആത്മാവെന്ന് പറയാവുന്ന കാർഷിക പ്രസ്ഥാനം വളർത്തുന്നതിന്റെ പ്രാധാന്യം അവഗണിക്കുക, രണ്ടിന്റെയും അന്തിമഫലം ഒന്നുതന്നെ—ബൂർഷ്വാ ദേശീയപ്രസ്ഥാനവും ദേശീയ വിപ്ലവപ്രസ്ഥാനവും തമ്മിലുള്ള ലെനിനിസ്റ്റ് വീക്ഷണംവിട്ട് ദേശീയവിപ്ലവ ശക്തികളുടെ മേൽ ബൂർഷ്വാ ദേശീയതയുടെ സ്വാധീനം നിലനിർത്താൻ സഹായിക്കുക.

ഇതിന്റെ ഫലമോ? ബൂർഷ്വാ ദേശീയ നേതൃത്വത്തിനെതിരായി കർഷകജനതയെ മുഖ്യമായി അവലംബിച്ചും തൊഴിലാളിവർഗ നേതൃത്വത്തിലും വളർന്നുവരേണ്ട ദേശീയ വിപ്ലവ പ്രസ്ഥാനം പതുക്കെപ്പതുക്കയേ വളർന്നുവന്നുള്ളൂ. വളരാൻ തുടങ്ങിയതുതന്നെ വളരെയേറെ ദുർബലവുമായിരുന്നു. രണ്ടാം ലോകമഹായുദ്ധത്തോടുകൂടി മൂർച്ഛിച്ച രൂപ

ത്തിൽ പൊട്ടിപ്പുറപ്പെട്ട സാമൂഹ്യ സാമ്പത്തിക കുഴപ്പവും യുദ്ധാനന്തര വർഷങ്ങളിൽ അടിച്ചുയർന്നുവന്ന വിപ്ലവമുന്നേറ്റവുമെല്ലാം സ്വന്തം വർഗ താൽപര്യങ്ങൾക്കൊത്ത് വിദേശമേധാവികളുമായി ഒരൊത്തുതീർപ്പുണ്ടാക്കാനും അതിലൂടെ ഒരു സ്വദേശി ബൂർഷ്വാവർഗഭരണകൂടം വാർത്തെടുക്കാനും ബൂർഷ്വാസിക്ക് കഴിഞ്ഞു. ഈ പരിശ്രമത്തിന്റെ നായകനായ ഗാന്ധി തന്റെ അടിസ്ഥാനപ്രമാണമായ അഹിംസയ്ക്കുപോലും പ്രാധാന്യംനൽകാത്ത ഒരു സമീപനത്തോടെ 'ക്വിറ്റ്ഇന്ത്യാ' സമരത്തിനു നേതൃത്വം നൽകി; ഗാന്ധിയെ അപേക്ഷിച്ച് വിപ്ലവകാരികളായ നെഹ്റു, ബോസ് മുതലായവരൊക്കെ ആർ ഐ എൻ കലാപം, തെലങ്കാനയിലെ കാർഷികവിപ്ലവപ്രസ്ഥാനം മുതലായവപോലും വിദേശഭരണാധികാരികളുമായുള്ള വിലപേശലിനുള്ള ആയുധങ്ങളായി ഉപയോഗിക്കാൻ സമ്മതിച്ചു. അങ്ങനെ അഹിംസാസിദ്ധാന്തത്തിന്റെ പ്രവാചകനായ ഗാന്ധിയും 'വിപ്ലവസേനാനി' കളായ നെഹ്റു, ബോസ് പ്രഭൃതികളും ചേർന്നു വിദേശഭരണാധികാരികളുമായി ഒത്തുതീർപ്പുണ്ടാക്കി ഒരു സ്വതന്ത്ര ബൂർഷ്വാ-ഫ്യൂഡൽ ഭരണകൂടത്തിനു രൂപംകൊടുത്തു.

ബൂർഷ്വാ നേതൃത്വം-1947 നുശേഷം

ഈ ഭരണകൂടത്തിന്നു രൂപംനൽകിയവർ അന്നു പ്രതീക്ഷിച്ചിരുന്നത് ബ്രിട്ടീഷ് ഭരണമവസാനിക്കുന്നതോടെ ഇന്ത്യയുടെ സാമ്പത്തിക പിന്നോക്കാവസ്ഥ ഇല്ലാതാക്കാനും എല്ലാ വികസിതമുതലാളിത്ത രാജ്യങ്ങളേയും പോലെ ഇവിടെയും വ്യവസായവൽക്കരണപദ്ധതികൾ നടപ്പിലാക്കി ഒരു നവീന ജനാധിപത്യ ഇന്ത്യ കെട്ടിപ്പടുക്കാനും കഴിയുമെന്നായിരുന്നു. രണ്ടാം ലോകമഹായുദ്ധത്തിനുശേഷം ഉളവായ പുതിയ സാർവലൗകിക സ്ഥിതിഗതികൾ ഇതിനനുകൂലമായ സാഹചര്യം സൃഷ്ടിക്കുമെന്നും അവർ കരുതി.

യുദ്ധാനന്തരകാലഘട്ടത്തിൽ തുടങ്ങിയ ശീതസമരം അമേരിക്കൻ നേതൃത്വത്തിലുള്ള മുതലാളിത്ത കോയ്മകളെയും സോവിയറ്റ് നേതൃത്വത്തിലുള്ള സോഷ്യലിസ്റ്റ് കോയ്മകളെയും ബദ്ധശത്രുക്കളാക്കിയതിനാൽ ഈ രണ്ടു ചേരികൾക്കും ഇന്ത്യയെപ്പോലുള്ള ഒരു വൻകിട ഏഷ്യൻ രാജ്യത്തിന്റെ സഹായസഹകരണങ്ങൾ ആവശ്യമായി വരും. പോരെങ്കിൽ, മുതലാളിത്ത കോയ്മകൾക്കിടയ്ക്കുതന്നെ അമേരിക്കയെപ്പോലുള്ള പുത്തൻ സാമ്രാജ്യകോയ്മകളും ബ്രിട്ടനടക്കമുള്ള പഴയ സാമ്രാജ്യ കോയ്മകളും തമ്മിൽ നടക്കുന്ന കിടമത്സരവും തങ്ങൾക്കനുകൂലമായി ഉപയോഗിക്കാമെന്നവർ കണക്കാക്കി. അങ്ങനെ മുതലാളിത്ത -സോഷ്യലിസ്റ്റ് ചേരികൾ തമ്മിലും മുതലാളിത്ത ചേരിക്കകത്തുതന്നെയുള്ള വൈരുധ്യങ്ങളും കിടമത്സരങ്ങളും സമർഥമായുപയോഗിച്ച് എല്ലാവരുടെയും സഹായ സഹകരണങ്ങളോടെ ഇന്ത്യയെ വ്യവസായവൽക്കരിക്കാനും എല്ലാ രംഗങ്ങളിലുമുള്ള പിന്നോക്കാവസ്ഥ പരിഹരിക്കാനും ശ്രമിക്കുകയെന്ന കാഴ്ചപ്പാടാണ് അവർക്കുണ്ടായിരുന്നത്.

ഈ കാഴ്ചപ്പാടനുസരിച്ച് ആവിഷ്കരിക്കുന്ന പദ്ധതികൾ മുഴുവൻ പൊളിയുമെന്നുകാണാൻ ലെനിനിസ്റ്റ് വീക്ഷണമുള്ളവർക്ക് വിഷമമുണ്ടായിരുന്നില്ല. എന്തുകൊണ്ടെന്നാൽ, സാമ്പത്തികമായി സ്വന്തം കാലിൽ നിന്നുകൊണ്ടല്ലാതെ ഒരു രാജ്യത്തിലെ ഭരണാധികാരിവർഗത്തിനും വിദേശകോയ്മകൾ തമ്മിൽത്തമ്മിലുള്ള കിടമത്സരങ്ങൾ സ്വന്തം താൽപര്യത്തിനൊത്ത് ഉപയോഗിക്കാൻ കഴിയില്ല. നേരെമറിച്ച്, അവരാൽ ഉപയോഗിക്കപ്പെടുകയാണ് സംഭവിക്കുക. സാമ്പത്തികമായി സ്വന്തം കാലിൽ നിൽക്കണമെങ്കിലോ, ധനികവർഗങ്ങളുടെ കൈയിലുള്ള സ്വത്തുകളും പണവും സ്വായത്തമാക്കാനും പുനരുൽപാദനത്തിന്നാവശ്യമായ മൂലധനമാക്കി അതുമാറ്റാനും പ്രയോജനപ്പെടുന്ന ഒരു നയസമീപനമുണ്ടായിരിക്കണം; എന്നുവെച്ചാൽ സ്വന്തം വർഗങ്ങളുടെ (ബൂർഷ്വാ ഫ്യൂഡൽ മേധാവികളുടെ) സങ്കുചിത സ്വാർഥതാൽപര്യങ്ങളെ ത്വരിതമായ സാമ്പത്തിക പുരോഗതിയെന്ന ദേശീയതാൽപര്യത്തിനു കീഴ്പ്പെടുത്തണം; തന്നിഷ്ടമനുസരിച്ചുള്ള ധൂർത്തു ചെലവുകൾക്കും ഉപയോഗശൂന്യമായ കെട്ടിയിരിപ്പുകൾക്കും മറ്റും നീക്കിവെക്കപ്പെട്ടിരുന്ന ധനികവർഗക്കാരുടെ ധനാഗമമാർഗങ്ങൾ ദേശീയകാഴ്ചപ്പാടോടെ ആസൂത്രണം ചെയ്യപ്പെടുന്ന പദ്ധതികളുടെ പ്രവർത്തനത്തിനുവേണ്ട മൂലധനമാക്കി മാറ്റാൻ ഭരണാധികാരികൾ തയ്യാറാവണം; ഇതിനാവശ്യമായേടത്തോളം നിയന്ത്രണം ധനികവർഗങ്ങളുടെ മൗലികപൗരാവകാശ (സ്വകാര്യസ്വത്തവകാശ)ത്തിന്മേൽ ഏർപ്പെടുത്തണം.

ഇതിനു തയ്യാറല്ലാത്തപക്ഷം, ഒന്നുകിൽ ത്വരിതമായ പുരോഗതിയെന്ന ലക്ഷ്യം കൈവെടിഞ്ഞ് ദേശീയസമ്പദ്വ്യവസ്ഥയെ പിന്നോക്കാവസ്ഥയിൽത്തന്നെ നിർത്താൻ തയ്യാറാകണം; അല്ലെങ്കിൽ ത്വരിതമായ പുരോഗതി സാധ്യമാക്കാനെന്നപേരിൽ വിദേശകോയ്മകളുടെ സഹായം തേടണം. ഇതിൽ രണ്ടാമത്തെ മാർഗം സ്വീകരിച്ച് സാമ്പത്തിക 'പുരോഗതി' കൈവരുത്താൻ ശ്രമിച്ചാലോ, ക്രമേണ ക്രമേണയായി 'സഹായം' നൽകുന്ന വിദേശകോയ്മകളുടെ ആശ്രിതത്വത്തിലേക്ക് വഴുതിവീഴുകയും അങ്ങനെ ബ്രിട്ടന്റെ ഏകകോയ്മാമേധാവിത്വമെന്ന ചട്ടിയിൽ നിന്നു വിവിധ കോയ്മാമേധാവിത്വമെന്ന അടുപ്പിലേക്ക് എറിയപ്പെടുകയും ചെയ്യുന്ന ഗതികേട് വന്നുചേരും. പോരെങ്കിൽ, വിദേശ 'സഹായം' മാത്രം ആശ്രയിച്ചുകൊണ്ട് വികസന പ്രക്രിയ നടത്തുന്ന രാജ്യത്തിന്റെ വികസനംതന്നെ 'സഹായം' നൽകുന്ന വിദേശകോയ്മകളുടെ സ്വാർഥതാൽപര്യത്തിനൊത്ത രീതിയിലാക്കാൻ അവർ കിണഞ്ഞു ശ്രമിക്കുകയും ചെയ്യും.

ബൂർഷ്വാ ആസൂത്രണത്തിന്റെ ഫലം

യഥാർഥത്തിൽ നടന്നത് ഇതെല്ലാമാണെന്ന് ഇപ്പോൾ വ്യക്തമായിക്കഴിഞ്ഞിരിക്കുന്നു. ബ്രിട്ടീഷ് ഭരണകാലത്തുണ്ടായിരുന്നതിനെ അപേക്ഷിച്ച് പല കാര്യത്തിലും വികസിതമായ ഒരു സ്ഥിതിയാണ് ഇന്ന് ഇന്ത്യ

ക്കുള്ളതെന്ന സത്യം ഒരാളും മറച്ചുവെക്കുകയില്ല. എന്നാൽ വികസനപ്രവർത്തനങ്ങളുടെ ഫലമാകെ പരിശോധിച്ചാൽ രണ്ട് ആപൽക്കരമായ പ്രവണതകൾ വളർന്നു വരുന്നുണ്ടെന്നുകാണാം.

ഒന്ന്, ഈ വികസനങ്ങളെല്ലാമുണ്ടായിട്ടും വികസിത രാജ്യങ്ങളെ അപേക്ഷിച്ച് എത്രയോ കുറഞ്ഞതോതിൽ മാത്രമാണ് നമ്മുടെ സമ്പദ്വ്യവസ്ഥ പുരോഗമിച്ചുകൊണ്ടിരിക്കുന്നത്. വളർച്ച പ്രാപിച്ച മുതലാളിത്ത രാജ്യങ്ങൾ, സോവിയറ്റുയൂണിയനും ചൈനയുമടക്കമുള്ള സോഷ്യലിസ്റ്റ് രാജ്യങ്ങൾ എന്നിവയുടെ കാര്യമിരിക്കട്ടെ; പാകിസ്ഥാനടക്കമുള്ള മറ്റു പല വികസ്വരരാജ്യങ്ങളും തന്നെ വികസനത്തോതിന്റെ കാര്യത്തിൽ ഇന്ത്യയെ പിന്തള്ളിക്കൊണ്ടിരിക്കുകയാണ്. ലോകത്തിൽ സാമ്പത്തിക വികസനത്തിന്റെ കാര്യത്തിൽ ഇന്ത്യക്കുള്ള സ്ഥാനം ക്രമേണ ക്രമേണയായി കുറഞ്ഞു വരുകയാണെന്നർഥം.

1947 ആഗസ്തിനുശേഷമുള്ള ഇന്ത്യയുടെ സാമ്പത്തികചിത്രം പരിശോധിക്കുന്ന ഏതൊരാൾക്കും ബോധ്യമാവുന്ന ഒരു വസ്തുതയുണ്ട്. ഇന്ത്യയുടെ സമ്പദ്വ്യവസ്ഥയെ ബ്രിട്ടീഷ് സാമ്രാജ്യത്വവാഴ്ചയിൻകീഴിൽ ബാധിച്ചിരുന്ന സാമ്പത്തികത്തകർച്ചയിൽ നിന്ന് മോചിപ്പിച്ചെടുത്ത് വ്യാവസായിക-കാർഷികമേഖലകളിൽ ത്വരിതമായ വികസനവും വരുമാനത്തിന്റെയും സ്വത്തിന്റെയും കാര്യത്തിൽ സമീകൃതമായ വിതരണവും സാധിക്കുന്നതിൽ ഭരണകൂടത്തിന്റെ ചുക്കാൻ പിടിക്കുന്ന ഇന്ത്യൻ നാഷണൽ കോൺഗ്രസ് അമ്പേ പരാജയപ്പെട്ടിരിക്കുന്നു. അവരുടെ പിന്തിരിപ്പനായ സാമ്പത്തികനയങ്ങൾക്ക് പ്ലാനിങ്ങിന്റെയും സോഷ്യലിസ്റ്റ് മാതൃകയുടെയും മൂടുപടമണിയിച്ച് മുതലാളിത്ത-ജന്മി സമ്പ്രദായങ്ങളെ കൂടുതൽ ശക്തമാക്കുകയാണ് കോൺഗ്രസ് ഭരണം ചെയ്യുന്നത്. ആ വഴിക്കാണ് രണ്ടു ദശാബ്ദങ്ങളായി ഇന്ത്യ പുരോഗമിച്ചത്.

ഇന്ത്യയിൽ കഴിഞ്ഞ 19 വർഷത്തെ സാമ്പത്തികാസൂത്രണകാലത്ത് വ്യവസായ—ബാങ്കിങ്രംഗങ്ങളിൽ മൂലധനത്തിന്റെ കേന്ദ്രീകരണവും കുത്തകകളുടെ വളർച്ചയും ഗൗരവമേറിയ പല പ്രശ്നങ്ങളും സൃഷ്ടിച്ചു എന്ന് ഗവൺമെന്റിന്റെ തന്നെ പല പഠനറിപ്പോർട്ടുകളിൽ നിന്ന് വ്യക്തമാണ്. കുത്തകക്കമ്മീഷന്റെ റിപ്പോർട്ടനുസരിച്ച് 1965 ൽ വ്യവസായമൂലധനത്തിന്റെ (ഗവൺമെന്റുടമയിലുള്ള വ്യവസായങ്ങളും ബാങ്കിങ് മേഖലയും ഒഴിച്ച്) 46.9 ശതമാനവും ഇന്ത്യയിലെ 75 പ്രമുഖ കുത്തക ബിസിനസ് കുടുംബങ്ങളുടെ കൈവശത്തിലോ നിയന്ത്രണത്തിലോ ആയിരുന്നു. വളർന്നുവരുന്ന നീരാളികളായ ബിർളകളെപ്പോലുള്ള സ്ഥാപനങ്ങൾ എതിരാളികളെ രംഗത്തുനിന്നും ഒഴിപ്പിക്കാൻവേണ്ടി ലൈസൻസുകൾ മുഴുവൻ കൈയടക്കിവെക്കുക പതിവാണ്. പുതുതായി രംഗത്തു വരുന്നവർക്കെതിരെ തടസ്സങ്ങൾ സൃഷ്ടിക്കുക, കൂട്ടുചേർന്നുള്ള സ്ഥാപനങ്ങൾ ഏർപ്പെടുത്തുക, ചെറുകിട വ്യവസായങ്ങളെ കിടമത്സരങ്ങളിൽ കൂടി നശിപ്പിക്കുക എന്നിവയായിരുന്നു സ്വാതന്ത്ര്യലബ്ധിക്കുശേഷമുള്ള രണ്ടു ദശകങ്ങളിൽ വ്യാവസായികരംഗത്ത് കുത്തകകൾ നടത്തിയ സംഹാരതാണ്ഡവത്തിന്റെ ചരിത്രം.

1947 ന് ശേഷം വിദേശസ്വകാര്യമൂലധനത്തിന്റെ കൊള്ളയും ഏറിയാണ് വന്നിട്ടുള്ളത്. 1948 ൽ 250 കോടി രൂപയോളമുണ്ടായിരുന്ന വിദേശസ്വകാര്യമൂലധനം ഇപ്പോൾ ആയിരം കോടി രൂപയിലധികമായിരിക്കുന്നു. ലാഭം, ലാഭവീതം, റോയൽട്ടി എന്നീ കണക്കുകളിൽ ഇന്ത്യയിൽനിന്നും വിദേശത്തേക്കു ചോർത്തിയെടുത്ത തുക 1961-65 കാലഘട്ടത്തിൽ മാത്രം 161 കോടി രൂപയിലധികമായിരുന്നു. 1948 നു ശേഷമുള്ള രണ്ടു ദശാബ്ദക്കാലത്ത് വിദേശമൂലധനം നാലിരട്ടിയായി വർധിച്ചത് പ്രധാനമായും ഇന്ത്യയുടെ സ്വന്തം മണ്ണിൽ നിന്ന് വിദേശമുതലാളിമാർ ഉയർത്തിയെടുത്ത ലാഭത്തുക വിനിയോഗിച്ചാണ്; അല്ലാതെ പുതിയ യഥാർഥ നിക്ഷേപങ്ങൾ വിദേശത്തുനിന്ന് ഇറക്കുമതി ചെയ്തിട്ടല്ല.

കാർഷികരംഗത്ത് അർധജന്മിത്വബന്ധങ്ങളുടെ വളർച്ചയും വ്യാവസായികരംഗത്ത്, കുത്തകമുതലാളിത്തത്തിന്റെ വികാസവും ധനികരും ദരിദ്രരും തമ്മിലുള്ള വരുമാനത്തിലുള്ള അന്തരം കൂട്ടിയിരിക്കുകയാണ്. വാസ്തവത്തിൽ ദേശീയവരുമാനത്തിന്റെ വിതരണത്തിലുള്ളതും നിലവിലുള്ള ഉൽപാദനബന്ധങ്ങൾ നിർണയിക്കുന്നതുമായ വൈകൃതങ്ങൾ സാമ്പത്തികക്കുഴപ്പത്തെ മൂർച്ഛിപ്പിക്കുന്ന ഒരു ഘടകമായി പ്രവർത്തിക്കുന്നു. ഉദാഹരണത്തിന് രണ്ടാം അഗ്രിക്കൾച്ചറൽ ലേബർ എൻക്വയറി റിപ്പോർട്ട്, കുത്തകക്കമ്മീഷന്റെ റിപ്പോർട്ട് എന്നിവ പദ്ധതിക്കാലങ്ങളിൽ കാർഷികത്തൊഴിലാളികളുടെ വരുമാനത്തിൽ കുറവ് സംഭവിച്ചതായി ചൂണ്ടിക്കാണിക്കുന്നു. നാഷണൽ സാമ്പിൾ സർവേയനുസരിച്ച് കാർഷികത്തൊഴിലാളികൾ പ്രതിമാസം 15 രൂപയോ, അഥവാ പ്രതിദിനം 50 പൈസയോ മാത്രം ആളോഹരിവരുമാനമുള്ള ഏറ്റവും അടിത്തട്ടിൽ കിടക്കുന്ന വിഭാഗത്തിൽ പെട്ടവരായിത്തന്നെ തുടരുകയാണ്.

പദ്ധതികൾ പലതു കഴിഞ്ഞിട്ടും തൊഴിലില്ലായ്മ നിരന്തരമായി ഏറിവരുകയാണ്. തൊഴിൽരംഗത്ത് പുതുതായി പ്രവേശിക്കുന്നവരുടെ എണ്ണത്തിനുതുല്യമായത്ര പേരെയെങ്കിലും ആദായകരമായ സാമ്പത്തിക പ്രവർത്തനങ്ങളിലേർപ്പെടുത്തുകയാണ് പഞ്ചവത്സരപദ്ധതികളുടെ പൊതുവായ ലക്ഷ്യം. പക്ഷേ, യഥാർഥത്തിൽ ഓരോ പദ്ധതിയുടെ കാലഘട്ടത്തിലും വർധമാനമായി വന്ന തൊഴിൽശക്തിയുടെ അനുപാതമനുസരിച്ചു തൊഴിൽ സൗകര്യങ്ങൾ വികസിപ്പിക്കുന്നതിൽ പഞ്ചവത്സരപദ്ധതികൾ ദയനീയമായി പരാജയമടഞ്ഞിരിക്കുകയാണ്.

തൊഴിലാളികളെയും കർഷകരെയും ഇടത്തരക്കാരെയും ദ്രോഹിക്കുന്ന രീതിയിലാണ് പദ്ധതികൾക്ക് പണം ശേഖരിക്കാൻ കോൺഗ്രസ് ഗവൺമെന്റ് പരിപാടികൾ ആവിഷ്കരിച്ചിട്ടുള്ളത്. അധ്വാനിക്കുന്ന ജനവിഭാഗങ്ങളുടെയും സാധാരണക്കാരുടെയും മേൽ കൂടുതൽ കൂടുതൽ നികുതിഭാരം ചുമത്തുകയും വിദേശസാമ്രാജ്യവാദികളുടെ കരുണയ്ക്ക് വഴങ്ങി വിദേശ സഹായത്തെ ആശ്രയിക്കുകയുമാണ് അവർ വിഭവസമാഹരണത്തിന്റെ കാര്യത്തിൽ സ്വീകരിച്ചിട്ടുള്ള കാഴ്ചപ്പാട്.

രാഷ്ട്രീയ സ്വാതന്ത്ര്യം അപകടത്തിൽ

പത്തൊൻപതു വർഷത്തെ പദ്ധതിപ്രവർത്തനങ്ങൾക്കുശേഷവും ഇന്ത്യയുടെ സമ്പദ്വ്യവസ്ഥയെ നേരിട്ടുകൊണ്ടിരിക്കുന്ന സാമ്പത്തിക ക്കുഴപ്പത്തിന് ശമനമുണ്ടായിട്ടില്ല. എന്നുമാത്രമല്ല, അതിന്റെ ആഴം ഏറിവ രുകയാണ്. വിദേശസഹായത്തെ, പ്രത്യേകിച്ച് വിദേശമുതലാളിത്ത രാജ്യ ങ്ങളിൽനിന്നുള്ള സഹായത്തെ അമിതമായി ആശ്രയിച്ചതിന്റെ ഫലമായി ഇന്ത്യയുടെ ആഭ്യന്തരനയങ്ങളും വിദേശനയവും ഇന്ന് വിദേശഗവൺ മെന്റുകളുടെയും ലോകബാങ്കിനെപ്പോലുള്ള അന്തർദേശീയ മുതലാ ളിത്ത സ്ഥാപനങ്ങളുടെയും സമ്മർദത്തിന് വിധേയമായിരിക്കുകയാണ്.

ഇതിന്റെ അനിവാര്യഫലമെന്ന നിലയ്ക്ക്, 1947 ൽ നേടിയ രാഷ്ട്രീയ സ്വാതന്ത്ര്യംപോലും അപകടപ്പെടുത്തുന്ന പല നടപടികളിലുമേർപ്പെ ടാൻ കോൺഗ്രസ് ഗവൺമെന്റ് നിർബ്ബന്ധിക്കപ്പെട്ടിരിക്കുകയാണ്. ഉദാഹ രണത്തിന് മൊറാർജിദേശായിയുടെയും സിൻഡിക്കേറ്റ് കോൺഗ്രസി ന്റെയും പിന്തിരിപ്പിൻ നയങ്ങൾക്കെതിരായി പൊരുതിക്കൊണ്ടിരിക്കുന്ന പുരോഗമന വിഭാഗത്തിൽപ്പെട്ട, കോൺഗ്രസ് പ്രധാനമന്ത്രി ഇന്ദിരാഗാ ന്ധിയുടെ പ്രധാനനേട്ടമായി കൊട്ടിഘോഷിക്കപ്പെടുന്ന ബാങ്ക് ദേശ വൽക്കരണത്തിൽ നിന്ന് വിദേശബാങ്കുകളെ ഒഴിവാക്കുകയുണ്ടായി. അവ രുടെ ബോംബെ കോൺഗ്രസ് സമ്മേളനത്തിലെ പ്രസംഗങ്ങളിലും പ്രമേ യങ്ങളിലും, ഇന്ദിരാഗാന്ധി അവതരിപ്പിച്ച പുതിയ ബഡ്ജറ്റിലുമൊന്നും തന്നെ നമ്മുടെ സമ്പദ്വ്യവസ്ഥയിൽ കൊടികുത്തിവാഴുന്ന വിദേശീയകു ത്തകമുതലാളിമാർക്കെതിരായ ഒരൊറ്റ നടപടിയും നിർദേശിക്കപ്പെട്ടിട്ടില്ല. ഇതാണ് 'പുരോഗമനവിഭാഗ'മെന്നു പറയപ്പെടുന്ന ഇന്ദിരാകോൺഗ്രസിന്റെ നയമെങ്കിൽ സിൻഡിക്കേറ്റ് കോൺഗ്രസ്, ജനസംഘം, സ്വതന്ത്ര മുത ലായ പാർട്ടികൾ ഇക്കാര്യത്തിലെടുക്കുന്ന സമീപനത്തെക്കുറിച്ച് ഒന്നും പറയേണ്ടതില്ലല്ലോ.

രാഷ്ട്രീയരംഗത്തുള്ള വിദേശബന്ധങ്ങളുടെ കാര്യമെടുത്താലും സ്വതന്ത്രവും പരമാധികാരമുള്ളതുമായ ഒരു രാജ്യത്തിന്റെ അന്തസ്സിന് ചേരാത്ത നിലപാട് പലപ്പോഴും ഗവൺമെന്റെടുക്കുന്നതായി കാണാം. ഇതിന്റെ ഏറ്റവും വലിയ ഉദാഹരണമാണ് ജർമൻ ജനാധിപത്യറിപ്പബ്ലി ക്കിന് അംഗീകാരം നൽകുന്ന കാര്യത്തിലും രണ്ടു വിയത്നാമുകളിലെ ജനകീയഗവൺമെന്റുകളുടെ നേരെ അംഗീകരിക്കേണ്ട സമീപനത്തിലും പാശ്ചാത്യ സാമ്രാജ്യകോയ്മകളുടെ സമ്മർദവും അതിനു കീഴടങ്ങുന്ന ഇന്ദിരാഗവൺമെന്റിന്റെ നട്ടെല്ലില്ലായ്മയും.

ഇതുപോലുള്ള നിരവധി സാർവദേശീയ പ്രശ്നങ്ങളുടെ കാര്യ ത്തിൽ ഇന്ത്യ എടുത്തുകൊണ്ടിരിക്കുന്ന കീഴടങ്ങൽ മനോഭാവത്തിന്റെ ഫലമായി ഏഷ്യനാഫ്രിക്കൻ ഭൂഖണ്ഡങ്ങളിലെ സാമ്രാജ്യവിരോധിക ളായ ബഹുജനങ്ങളുടെയിടയിൽ ഒരു കാലത്ത് ഇന്ത്യക്കുണ്ടായിരുന്ന ബഹു മാന്യസ്ഥാനം അതിവേഗത്തിൽ നഷ്ടപ്പെട്ടുകൊണ്ടിരിക്കുകയാണ്. ഇതു പയോഗിച്ചും, അതിവേഗത്തിൽ തകർന്നുകൊണ്ടിരിക്കുന്ന ഇന്ത്യൻ സമ്പ

ദ്വ്യവസ്ഥയെ രക്ഷിക്കാനെന്ന പേരിലും, ആത്മാഭിമാനമുള്ള ഒരു ജനതയ്ക്കും സ്വീകാര്യമാകാത്ത വ്യവസ്ഥകളോടെ സാമ്പത്തിക-സൈനികരംഗങ്ങളിൽ സഹായം നൽകാൻ അമേരിക്കയടക്കമുള്ള സാമ്രാജ്യകോയ്മകൾ മുന്നോട്ടു വരുകയാണ്. ഈ സാഹചര്യമുപയോഗിച്ച് ഇന്ത്യൻ- വിദേശീയ കുത്തകമുതലാളിമാർ തമ്മിലുള്ള സഹകരണത്തിന്റെ അടിസ്ഥാനത്തിൽ കൂടുതൽ സാമ്പത്തികശേഷിയുള്ള വിദേശീയകുത്തകക്കാരുടെ നിയന്ത്രണത്തിൽ ഇന്ത്യയുടെ വ്യവസായവൽക്കരണവും മറ്റു രംഗങ്ങളിലെ സാമ്പത്തികവികസനവും നടത്താൻ ഇന്ത്യൻ കുത്തകക്കാർ കെണഞ്ഞു ശ്രമിക്കുകയാണ്.

ഇതിന്റെയെല്ലാം ഫലമോ? 23 കൊല്ലത്തിനു മുമ്പ് ഇന്ത്യയിൽ നിലനിന്നിരുന്നത് ബ്രിട്ടീഷ് സാമ്രാജ്യാധിപത്യത്തിന്റെ നേരിട്ടുള്ള രാഷ്ട്രീയ നിയന്ത്രണമായിരുന്നു; അതിനുപകരം, അമേരിക്കയും ബ്രിട്ടനുമടക്കം വിവിധ സാമ്രാജ്യകോയ്മകളുടെ സാമ്പത്തികമേധാവിത്വം ക്രമേണ ക്രമേണ മുറുകി വരുകയും അവരുടെ രാഷ്ട്രീയസമ്മർദങ്ങൾക്ക് അടിമപ്പെടാൻ നിർബന്ധിക്കപ്പെടുകയും ചെയ്യുകയാണ്; അതിനു സഹായം നൽകുന്ന ഒരു ഭരണമാണ് ഇവിടെ നിലവിലിരിക്കുന്നത്. ഇതിൽനിന്നുണ്ടാകുന്ന ആപത്ത് മനസ്സിലാക്കി അതില്ലാതാക്കാൻ ദേശസ്നേഹമുള്ള ജനാധിപത്യവാദികൾ സംഘടിതമായും ബോധപൂർവമായും പ്രവർത്തിച്ചില്ലെങ്കിൽ, ക്രമേണ ക്രമേണയെങ്കിലും അതിവേഗത്തിൽ നമ്മുടെ രാഷ്ട്രീയസ്വാതന്ത്ര്യവും പരമാധികാരവും നഷ്ടപ്പെടുന്ന സ്ഥിതിയിലേക്ക് രാജ്യം നീങ്ങിക്കൊണ്ടിരിക്കും. അതായത് 23 കൊല്ലംമുമ്പ് നേടിയ രാഷ്ട്രീയസ്വാതന്ത്ര്യംപോലും നഷ്ടപ്പെടാനിടയുള്ള സാഹചര്യമാണ് ഇന്നു വളർന്നുവരുന്നത്.

അനുകൂലസാഹചര്യങ്ങൾ

എന്നാൽ, ഇത് അനിവാര്യമല്ല. അതൊഴിവാക്കാൻവേണ്ട അനുകൂല സാഹചര്യങ്ങളുണ്ട്. മുതലാളിത്തസാമൂഹ്യവ്യവസ്ഥയുടെ മൗലിക ലക്ഷ്യമായ ലാഭസമ്പാദനമെന്ന ഏകോദ്ദേശ്യത്തോടെ വിദേശീയസാമ്പത്തിക ബന്ധങ്ങളുണ്ടാക്കുന്ന മുതലാളിത്തകോയ്മകൾ മാത്രമല്ല, പിന്നണി രാജ്യങ്ങളിലെ പുരോഗതിയെ സഹായിക്കുകയെന്ന മനഃപൂർവമായ ഉദ്ദേശ്യത്തോടെ വിദേശീയബന്ധങ്ങളുറപ്പിക്കുന്ന സോഷ്യലിസ്റ്റ് കോയ്മകളുമായിക്കൂടി ഇന്ത്യക്ക് ബന്ധമുണ്ട്. ഈ ബന്ധം വേണ്ടതുപോലെ ഉപയോഗിച്ചാൽ സാമ്രാജ്യക്കോയ്മകൾക്കു തികച്ചും കീഴടങ്ങിക്കൊണ്ടല്ലാത്ത ഒരു സ്വതന്ത്ര രാഷ്ട്രത്തിന് യോജിച്ച രീതിയിൽ വ്യവസായവൽക്കരണവും പൊതു സാമ്പത്തികാസൂത്രണവും നടത്താൻ കഴിയും. ഈ അനുകൂലസാഹചര്യമുപയോഗിച്ചാണ് ഘനവ്യവസായങ്ങൾക്ക് മുൻതൂക്കം കൊടുക്കുന്ന ഒരു വ്യവസായവൽക്കരണപദ്ധതിയും മറ്റും ആവിഷ്കരിക്കാൻ മുൻ പ്രധാനമന്ത്രി നെഹ്റുവിന് കഴിഞ്ഞത്. 1962 ലും 1965 ലും ഇന്ത്യയുടെ സൈനികദൗർബല്യം പരിഹരിക്കുന്നതിനുവേണ്ട

'സഹായം' നൽകുകയെന്ന പേരിൽ ഇന്ത്യയുടെ മേൽ സമ്മർദംചെലുത്താൻ തുടങ്ങിയ സാമ്രാജ്യക്കോയ്മകൾക്ക് പൂർണമായും കീഴടങ്ങാതെ നിൽക്കാൻ കേന്ദ്രഗവൺമെന്റിന് കഴിഞ്ഞതും ഇതുകൊണ്ടുതന്നെയാണ്. വിദേശീയ എണ്ണക്കമ്പനികളുമായി എണ്ണവിലയുടെ കാര്യത്തിലുള്ള തർക്കം, അമേരിക്കൻ സാംസ്കാരികകേന്ദ്രങ്ങൾ പൂട്ടിയിടണമെന്ന ഉത്തരവ് മുതലായ ചില നടപടികളിൽ പ്രകടമാക്കുന്നതുപോലെ പരിമിതമായ തോതിൽ സാമ്രാജ്യവിരോധപരമായ സമീപനമംഗീകരിക്കാൻ ഇന്ദിരാഗവൺമെന്റിന് ഇന്ന് കഴിയുന്നതും ഇതുകൊണ്ടുതന്നെയാണ്.

സാമ്രാജ്യാധിപത്യം ചെലുത്തുന്ന സമ്മർദങ്ങൾക്ക് കീഴ്വഴങ്ങാതെ പരിമിതമായ തോതിലെങ്കിലും ദേശീയസ്വാതന്ത്ര്യവും പരമാധികാരവും ഉയർത്തിപ്പിടിക്കാൻ ഭരണാധികാരികളെ സഹായിക്കുന്ന മറ്റൊരു ശക്തി കൂടി ഇന്ത്യയിലുണ്ട്–പ്രബുദ്ധമായ ഒരു ബഹുജനപ്രസ്ഥാനവും അതിന്റെ ഭാഗമായ തൊഴിലാളി–കർഷകബഹുജനങ്ങളും. കമ്യൂണിസ്റ്റുവിരോധത്തിന്റെയും ജാതി–മതാദി വിഭാഗീയചിന്തകളുടെയും അടിസ്ഥാനത്തിൽ ഈ പ്രസ്ഥാനങ്ങളെ ഭിന്നിപ്പിച്ചുതകർക്കാൻ കാര്യമായ ശ്രമങ്ങൾ നടക്കുന്നുണ്ടെങ്കിലും അവയ്ക്കൊന്നിനുംതന്നെ ബഹുജനപ്രസ്ഥാനത്തെ തികച്ചും കീഴടക്കാൻ കഴിഞ്ഞിട്ടില്ല. നേരെമറിച്ച്, ഈ വിഭാഗീയ പിന്തിരിപ്പൻശക്തികളെ എതിർത്ത് തോൽപിച്ച് ബഹുജനമുന്നേറ്റത്തിന് ഊക്കും ഉശിരും വർധിപ്പിക്കാൻ കമ്യൂണിസ്റ്റ്-സോഷ്യലിസ്റ്റുപാർട്ടികൾക്കും മറ്റു പുരോഗമന രാഷ്ട്രീയശക്തികൾക്കും ഒരതിർത്തിവരെ കഴിയുന്നുമുണ്ട്. അതുകൊണ്ടാണ് പിന്തിരിപ്പൻ ഭരണാധികാരിവിഭാഗങ്ങൾ ആഗ്രഹിക്കുന്ന പലതും നടക്കാതെ വരുന്നത്. അതുകൊണ്ടുതന്നെയാണ് ഈ പുരോഗമന രാഷ്ട്രീയ ശക്തികൾക്കെതിരായി ഹീനമായ ആക്രമണങ്ങൾ നടത്താൻ–അവയിൽ ചില പാർട്ടികളെ നിയമവിരുദ്ധമായി പ്രഖ്യാപിക്കാൻ പോലും–പിന്തിരിപ്പൻ പാർട്ടികൾ ശ്രമിക്കുന്നത്.

ജനാധിപത്യവ്യവസ്ഥയ്ക്കാപത്ത്

പുരോഗമനരാഷ്ട്രീയശക്തികൾക്കെതിരായി പിന്തിരിപ്പൻകേന്ദ്രങ്ങളിൽ നിന്നുവരുന്ന ഈ ആക്രമണം ഇന്ത്യൻ ഭരണഘടനയുടെ ജനാധിപത്യസ്വഭാവത്തിനുതന്നെ ഒരു വിപത്തായിത്തീർന്നിരിക്കുകയാണ്. തങ്ങൾക്കിഷ്ടമില്ലാത്ത ഭരണാധികാരികളെ സ്ഥാനഭ്രഷ്ടരാക്കാനും ഇഷ്ടമുള്ളവരെ അധികാരസ്ഥാനത്തുവാഴിക്കാനും, വോട്ടർമാർക്കുള്ള ജനാധിപത്യാവകാശത്തെ ചവിട്ടിമെതിച്ചുകൊണ്ട് കോൺഗ്രസിന് കൃത്രിമ ഭൂരിപക്ഷമുണ്ടാക്കാനും, ഗവർണർമാരെയും രാജപ്രമുഖന്മാരെയും ഉപയോഗിക്കുകയെന്ന വൃത്തികെട്ട അടവ് 1952 ൽ തിരു-കൊച്ചിയിലും മദിരാശിയിലും അവർ പ്രയോഗിച്ചു. 1957 ലാകട്ടെ, നിയമസഭയിൽ ഭൂരിപക്ഷമുള്ള ഒരു ഗവൺമെന്റിനെ (കേരളത്തിൽ) ഭരണഘടനാവിരുദ്ധമായ മാർഗങ്ങളുപയോഗിച്ച് താഴെയിറക്കാൻ 'വിമോചനസമരം' സംഘടിപ്പിക്കുകയും അതിൽ പ്രകടമായിക്കണ്ട 'ബഹുജനമുന്നേറ്റ'ത്തിന്റെ പേർ

പറഞ്ഞ് കേന്ദ്രം കേരള ഗവൺമെന്റിനെ പിരിച്ചുവിടുകയും ചെയ്തു. 1967 ൽ വീണ്ടും തിരഞ്ഞെടുക്കപ്പെട്ട ഗവൺമെന്റുകളെ പിരിച്ചുവിടാൻ ഗവർണർമാരുടെ അധികാരമുപയോഗിച്ചു.

1952 മുതൽ 1967 വരെ മുഖ്യമായും ഇടതുപക്ഷചായ്‌വുള്ള കോൺഗ്രസിതര ഗവൺമെന്റുകളുടെ നേരെയാണ് ഈ തന്ത്രങ്ങൾ പ്രയോഗിക്കപ്പെട്ടിരുന്നത്. 1966 ലും അതിനു ശേഷവുമാകട്ടെ, വലതുപക്ഷ ചായ്‌വുള്ള കോൺഗ്രസിതര പാർട്ടികൾക്കും കോൺഗ്രസിൽത്തന്നെ കേന്ദ്രത്തിൽ മേധാവിത്വം വഹിക്കാത്ത ഗ്രൂപ്പുകൾക്കുമെതിരായി ഇതു പ്രയോഗിക്കാൻ തുടങ്ങി. 1969 ൽ മാർക്സിസ്റ്റ് നേതൃത്വത്തിലുള്ള ബംഗാൾ ഗവണ്മെന്റിനോടൊപ്പം അകാലി നേതൃത്വത്തിലുള്ള പഞ്ചാബ്, ബി കെ ഡി നേതൃത്വത്തിലുള്ള ഉത്തർപ്രദേശ്, ബിഹാർ എന്നീ ഗവൺമെന്റുകൾ പിരിച്ചുവിടപ്പെട്ടു.1969–70 ലാകട്ടെ കേരളം, ഉത്തർപ്രദേശ്, ബിഹാർ, ഹരിയാന എന്നീ നാല് സംസ്ഥാനങ്ങളിൽ കേന്ദ്രഭരണത്തിൽ മേധാവിത്വം വഹിക്കുന്ന ഇന്ദിരാ ഗ്രൂപ്പ് കോൺഗ്രസിന്റെ ഇഷ്ടത്തിനൊത്ത് ഗവൺമെന്റുകൾക്ക് രൂപംനൽകാനും ഉള്ളവയെ നിലനിർത്താനും ഗവർണർമാരുടെ അധികാരം ഉപയോഗപ്പെടുത്തുന്നുവെന്ന് പരാതികൾ ഉയർന്നുവന്നു. ഈ പരാതിക്കാരുടെ കൂട്ടത്തിൽ, 1952 മുതൽ 1967–69 വരെയുള്ള കാലഘട്ടത്തിൽ ഇടതുപക്ഷചായ്‌വുള്ള ഗവൺമെന്റുകൾക്കെതിരായി നടപടിയെടുക്കുന്നതിൽ പങ്കുചേർന്ന ഇന്നത്തെ സിൻഡിക്കേറ്റ് കോൺഗ്രസ് നേതാക്കന്മാരും പെടുന്നു.

ഈ സംഭവ വികാസങ്ങൾ നടക്കുന്നതിന്റെ പശ്ചാത്തലവും ശ്രദ്ധേയമാണ്: 23 കൊല്ലംമുമ്പ് നാട്ടിലാകമാനം ഏകഛത്രാധിപത്യം സ്ഥാപിച്ചു കൊണ്ട് ഭരണാധികാരത്തിലേറിയ കോൺഗ്രസ് പിളർന്ന് രണ്ടായി തീർന്നിരിക്കുകയാണ്. രണ്ടിന്റെയും നേതാക്കന്മാർക്ക് താന്താങ്ങളുടെ ദൗർബല്യത്തെക്കുറിച്ച് നല്ല ബോധ്യമുണ്ട്. അതുകൊണ്ട് ഇരുകൂട്ടരും താന്താങ്ങൾക്ക് ഇന്നധികാരമുള്ളിടത്ത് അത് നിലനിർത്താനും ഇല്ലാത്തിടത്ത് അതുണ്ടാക്കാനും സഹായിക്കുന്നവരാരെല്ലാം, അവരെ എങ്ങനെ കൂട്ടിന് പിടിക്കാം എന്നെല്ലാമുള്ള ആലോചന തകൃതിയായി നടത്തുകയാണ്. ഇതൊരു തക്കമായി കണക്കാക്കി ഇരു ഗ്രൂപ്പുകാരുമായി വിലപേശാനും ഏറ്റവും അധികം ആനുകൂല്യങ്ങൾ നേടാനും മറ്റുപാർട്ടികൾ ശ്രമിക്കുകയാണ്. ഈ ശ്രമത്തിൽ പാർട്ടികളും പല പാർട്ടികൾക്ക് അകത്തുള്ള വ്യക്തികളും ഒരു ചേരിയിൽ നിന്ന് മറ്റൊരു ചേരിയിലേക്ക് മാറുകയാണ്. എം എൽ എമാരുടെയും മന്ത്രിമാരുടെയും മാത്രമല്ല, മുഖ്യമന്ത്രിമാരുടെ പോലും 'കൂറുമാറ്റ'ങ്ങളും അവയ്ക്കെല്ലാം ബാധകമായ 'ചാക്കിൽ പിടുത്ത'ങ്ങളുമെല്ലാം സാർവത്രികമായി തകൃതിയായി നടക്കുകയാണ്. ക്രമേണ ക്രമേണയായി സംസ്ഥാന നിലവാരത്തിൽ നിന്ന് കേന്ദ്ര നിലവാരത്തിലേക്കും ഈ പ്രക്രിയ പരന്നുതുടങ്ങിയിരിക്കുന്നു. അഞ്ചാം പൊതുതിരഞ്ഞെടുപ്പോടുകൂടി കേന്ദ്രത്തിലും അതൊരു പ്രധാന ഘടകമായി നിലകൊള്ളുമെന്ന് വ്യക്തമായിരിക്കുന്നു.

രാഷ്ട്രീയവും ഭരണപരവുമായ രംഗങ്ങളിൽവരുന്ന ഈ അനിശ്ചിതാവസ്ഥയും തുടരെത്തുടരെയുള്ള ഭരണമാറ്റങ്ങളും 'കൂറുമാറ്റങ്ങളും' നമ്മുടെ പാർലമെന്ററി ജനാധിപത്യത്തിനുതന്നെ ഒരു ഭീകര വിപത്തായി വളർന്നുവരുകയാണെന്ന് ജനാധിപത്യവിശ്വാസികൾ ഭയപ്പെടാൻ തുടങ്ങിയിരിക്കുന്നു. ഇത്തരം സാഹചര്യങ്ങളിലാണ് പാകിസ്ഥാനിൽ പാർലമെന്ററി ജനാധിപത്യവ്യവസ്ഥ തകർന്ന് പട്ടാളമേധാവിത്വം സ്ഥാപിക്കപ്പെട്ടതെന്നും അതുതന്നെ ഇന്ത്യയിലും ആവർത്തിച്ചേക്കാമെന്നും ജനാധിപത്യത്തോടു കൂറുള്ളവർ ഭയപ്പെടുന്നത്. സ്ഥിതിഗതികളെ ആ വഴിക്ക് നീക്കുന്നതിൽ നിക്ഷിപ്തതാൽപര്യക്കാർക്കും സൈനിക മേധാവികൾ അടക്കമുള്ള ഉദ്യോഗസ്ഥവർഗത്തിനും സജീവ താൽപര്യമുണ്ടുതാനും. ഇവരെല്ലാം ചേർന്ന് ജനാധിപത്യവ്യവസ്ഥയ്ക്ക് പൊതുവിലും, അതിന്റെ അവിഭാജ്യഘടകമായ രാഷ്ട്രീയ പാർട്ടികൾക്ക് വിശേഷിച്ചും എതിരായി ഒരു സംഘടിത പ്രചാരവേല അഴിച്ചുവിടുന്നുമുണ്ട്. അങ്ങനെ ഇന്ത്യയിലും പാകിസ്ഥാൻ ആവർത്തിക്കുന്നതിനുള്ള സാഹചര്യം വളർന്നുവരുകയാണെന്ന അസുഖകരമായ യാഥാർഥ്യം സത്യസന്ധതയോടെ സംഭവഗതികൾ വീക്ഷിക്കുന്നവർക്ക് അംഗീകരിക്കേണ്ടിവരും.

ചുരുക്കത്തിൽ, സ്വാതന്ത്ര്യലബ്ധിയുടെ സന്ദർഭത്തിൽ പ്രതീക്ഷിച്ചിരുന്നതുപോലെ, ചിരകാല പ്രയത്നത്തിന്റെ ഫലമായി നേടിയ രാഷ്ട്രീയ സ്വാതന്ത്ര്യം ഉപയോഗിച്ച് സാമ്പത്തിക സ്വാതന്ത്ര്യം നേടാൻ കഴിഞ്ഞില്ലെന്ന് മാത്രമല്ല, സ്വാതന്ത്ര്യത്തിനുവേണ്ടി പടവെട്ടിയപ്പോൾ അതിൽ പങ്കാളികളായിരുന്ന ധീരദേശാഭിമാനികൾ സ്വപ്നം കണ്ടിരുന്ന ജനാധിപത്യവ്യവസ്ഥപോലും തകർന്ന് തരിപ്പണമാക്കാനുള്ള സാഹചര്യങ്ങളാണ് വളർന്നുവരുന്നത്. ഒരു വിദേശീയ കോയ്മയ്ക്കും കീഴ്പ്പെടാതെ, സ്വന്തംകാലിൽ തലയുയർത്തിപ്പിടിച്ചുകൊണ്ട് ജനാധിപത്യപരമായ ഒരു രാഷ്ട്രീയ വ്യവസ്ഥയെയും അതിവേഗം വളർന്നുവരുന്ന ഒരു ആധുനിക സമ്പദ്വ്യവസ്ഥയെയും ആസ്പദമാക്കി മുന്നേറുന്ന ഒരു രാഷ്ട്രമായി ഉയർന്നുവരുന്നതിനു പകരം നിരവധി വിദേശക്കോയ്മകളുടെ കിടമത്സരം നിറഞ്ഞതെങ്കിലും കൂട്ടായ ആക്രമണങ്ങൾക്ക് വിധേയവും സ്വേച്ഛാധിപത്യഭരണവ്യവസ്ഥയ്ക്ക് കീഴ്പ്പെട്ടതുമായ ഒരു രാജ്യമായി നാം അധഃപതിച്ച് വരുകയാണ്.

ശിഥിലീകരണ ശക്തികളുടെ വളർച്ച

1947 ആഗസ്ത് 15 ന് ഡൽഹി ചെങ്കോട്ടയിൽ വിജയപതാക പാറിച്ച ദേശീയതയുടെ പാപ്പരത്തം ഇവിടെയും അവസാനിക്കുന്നില്ല. സ്വാതന്ത്ര്യസമരകാലത്ത് അതിനുവേണ്ടി ജീവൻ ബലിയർപ്പിക്കാൻ തയ്യാറായി മുന്നോട്ട് കുതിച്ച ധീരദേശാഭിമാനികളുടെ മറ്റൊരു മധുര സ്വപ്നം കൂടി തകർന്നുതരിപ്പണമായിക്കൊണ്ടിരിക്കുകയാണ്. ഇന്ത്യയുടെ ദേശീയൈക്യം അതിവേഗം തകർന്നുവരികയും ശിഥിലീകരണ ശക്തികൾ അടിക്കടി വളർന്നുവരുകയുമാണ്.

ജാതിരഹിതമായ ഒരു സാമൂഹ്യവ്യവസ്ഥ കെട്ടിപ്പടുക്കുക; മതത്തെ തികച്ചും വ്യക്തിപരമായ ഒരു കാര്യമായി അംഗീകരിച്ച് അതിനെ രാഷ്ട്രീയ കാര്യങ്ങളിൽ നിന്ന് ഒഴിച്ച് നിർത്തുക; ഓരോ പൗരനും തനിക്ക് ഇഷ്ടമുള്ള മതത്തിൽ വിശ്വസിക്കാനും ഒരു മതത്തിലും വിശ്വസിക്കാതിരിക്കാനുമുള്ള അവകാശത്തിൽ ഭരണകൂടത്തിന്റെ ഇടപെടൽ ഉണ്ടാവുകയില്ലെന്ന് ഉറപ്പ് നൽകുക; ഈ അടിസ്ഥാനത്തിലുള്ള മത സ്വാതന്ത്ര്യം അപഹരിച്ച് അന്യമതവിശ്വാസികളുടെമേൽ ആക്രമണം നടത്തുന്നവർക്ക് എതിരായി ഭരണകൂടം ശക്തമായ നടപടികളെടുക്കുന്നതിന് ഇന്ത്യൻ ഭാഷകൾ തമ്മിൽ പൂർണമായ ഐക്യമെന്ന തത്വം അംഗീകരിക്കുക; അതേ അവസരത്തിൽ മതമേധാവികളും മതസംഘടനകളും ഭരണകാര്യങ്ങളിൽ മതത്തിന്റെപേരിൽ ഇടപെടാതിരിക്കുക; വിവിധ ഭാഷക്കാരായ ജനവിഭാഗങ്ങൾ ഉൾക്കൊള്ളുന്ന ഇന്ത്യയെ ഏകീകരിക്കുക; മാതൃഭാഷയിലൂടെ കുട്ടികളുടെ വിദ്യാഭ്യാസം നടത്താനും ഭരണാധികാരികളുമായി ഇടപെടാനുമുള്ള സൗകര്യം ഓരോ പൗരനും കിട്ടുമെന്ന് ഉറപ്പുണ്ടാക്കുക; ഗിരിവർഗക്കാർ, പിന്നണിസമുദായക്കാർ, ചരിത്രപരമായ കാരണങ്ങളാൽ പിന്നണിയിൽ കിടക്കുന്ന പ്രദേശക്കാർ എന്നിവരുടെ ഉന്നമനത്തിന് ആവശ്യമായ പദ്ധതികൾ ബോധപൂർവം ആസൂത്രണം ചെയ്യുകയും താരതമ്യേന മുന്നണിയിൽ നിൽക്കുന്നവരുടെ ആക്രമണത്തിൽ നിന്ന് ഈ ദുർബല വിഭാഗങ്ങളെ രക്ഷിക്കുകയും ചെയ്യുക—ഇതെല്ലാമാണ് ഇന്ത്യയുടെ ദേശീയ ഐക്യത്തിനുവേണ്ടി എടുക്കേണ്ട നടപടികൾ.

എന്നാൽ ഇതിന് പകരം ഹിന്ദുരാഷ്ട്രം, ചാതുർവർണ്യം, ഹിന്ദിമേധാവിത്വം എന്നിവയുടെയെല്ലാം പതാകകളുമേന്തി ദേശീയൈക്യത്തിന്റെ അടിത്തറ തകർക്കാൻ ഒരു കൂട്ടർ ശ്രമിക്കുന്നു. വേറൊരു കൂട്ടരാകട്ടെ സങ്കുചിതമായ പ്രാദേശിക മനോഭാവത്തെയും ജാതിമതാദി വികാരങ്ങളെയും ചൂഷണംചെയ്ത് ജനവികാരങ്ങളെ ആളിക്കത്തിക്കുകയും, അങ്ങനെ ആളിക്കത്തുന്ന ജനവികാരങ്ങൾ സ്വന്തം സങ്കുചിത സ്വാർഥങ്ങൾ നേടാനുള്ള രാഷ്ട്രീയോപകരണമായി ഉപയോഗിക്കുകയും ചെയ്യുന്നു. ഫലമോ? ഒരു കാലത്ത് ഭാഷാ സംസ്ഥാനരൂപീകരണത്തെപ്പോലും എതിർക്കുകയും തടുത്തുനിർത്തുകയും ചെയ്ത കോൺഗ്രസ് പാർട്ടിയിലെ ചില വിഭാഗക്കാർതന്നെ നിലവിലുള്ള ഭാഷാസംസ്ഥാനങ്ങൾ വെട്ടിമുറിക്കാൻവേണ്ട 'ബഹുജനമുന്നേറ്റങ്ങൾ' (തെലങ്കാന, വിദർഭ മുതലായവ) സംഘടിപ്പിക്കുന്നു. 'ഒരേയൊരു ഇന്ത്യയുടെ' വിവിധ സംസ്ഥാനങ്ങൾതമ്മിൽ അതിരുകളെ സംബന്ധിച്ചും തലസ്ഥാനത്തെക്കുറിച്ചും സ്വത്തുക്കൾ പങ്കുവെക്കുന്ന കാര്യത്തിലും മറ്റും ശത്രുരാജ്യങ്ങൾ എന്നപോലെ പരസ്പരം ഏറ്റുമുട്ടുന്നു. ഈ വഴിക്ക് പോയാൽ ഒന്നോ രണ്ടോ ദശാബ്ദങ്ങൾക്കകം ഇന്നത്തെ ഇന്ത്യ ഏതാനും സ്വതന്ത്ര രാജ്യങ്ങൾ ഉൾക്കൊള്ളുന്ന ഒരു ഭൂഖണ്ഡമായി മാറുകയില്ലേ എന്നു ഭയപ്പെടേണ്ടിയിരിക്കുന്നു. അങ്ങനെ സംഭവിക്കുകയാണെങ്കിലോ ഇന്ത്യാ-പാകിസ്ഥാൻ വിഭജനകാലത്ത് നടന്ന ദുരന്തകഥകൾ ഒരിക്കൽക്കൂടി ആവർത്തിക്കുകയില്ലെന്ന് ഒരാൾക്കും ഉറപ്പ് പറയാൻ കഴിയുകയുമില്ല.

സ്വാതന്ത്ര്യലബ്ധിക്ക് ശേഷമുള്ള ഇന്ത്യ ഈ വഴിക്ക് നീങ്ങിയത് എന്തുകൊണ്ട്? ഇത് ഇന്ത്യയിൽ മാത്രമാണോ നടന്നത്, അതോ രണ്ടാം ലോകമഹായുദ്ധത്തിനുശേഷം സ്വാതന്ത്ര്യം നേടിയ മറ്റ് ഏഷ്യൻ-ആഫ്രിക്കൻ രാജ്യങ്ങളുടെയും ഗതി ഇതുതന്നെയായിരുന്നുവോ? ഈ സ്ഥിതിയിൽ എത്തിക്കഴിഞ്ഞ ഇന്ത്യക്ക് ഇനിയെങ്കിലും ഇതിൽനിന്ന് കരകയറി ദേശീയസ്വാതന്ത്ര്യം നിലനിർത്താനും സാമ്പത്തിക പുരോഗതി കൈവരുത്താനും ജനാധിപത്യത്തിന്റെ അടിത്തറ വലുതാക്കാനും അങ്ങനെ സ്വാതന്ത്ര്യസമരക്കാലത്ത് ഉണ്ടായിരുന്ന മോഹനസ്വപ്നങ്ങൾ യാഥാർഥ്യമാക്കിത്തീർക്കാനും വല്ലവഴിയും ഉണ്ടോ? ഉണ്ടെങ്കിൽ എന്ത്?

ലെനിനിസ്റ്റ് തന്ത്രം പ്രയോഗിക്കുന്നതിൽ പറ്റിയ പരാജയം

ഈ ചോദ്യങ്ങൾക്കുത്തരം കാണുന്നതിന് ലെനിനിസം നമ്മെ സഹായിക്കുന്നു. ബൂർഷ്വാദേശീയതയും ദേശീയവിപ്ലവശക്തികളും തമ്മിലുള്ള വ്യത്യാസം സംബന്ധിച്ചും, ഇതിൽ ദേശീയവിപ്ലവശക്തികളെ കെട്ടഴിച്ചുവിട്ടു കൃഷിക്കാരുടെ സോവിയറ്റുകൾ വളർത്തുന്നതിന്റെ ആവശ്യത്തെക്കുറിച്ചും ലെനിൻ ലോകകമ്യൂണിസ്റ്റുപ്രസ്ഥാനത്തിന്റെ മുമ്പിൽ അവതരിപ്പിച്ച കാഴ്ചപ്പാട് ഇക്കാര്യത്തിൽ നമ്മെ സഹായിക്കുന്നു. ചൈനയിലും വിയത്നാമിലും ലെനിൻ ചൂണ്ടിക്കാണിച്ച മാർഗത്തിലൂടെ, ദേശീയവിപ്ലവശക്തികളെ കെട്ടഴിച്ചുവിടാനും കൃഷിക്കാരുടെ സോവിയറ്റുകൾ എന്ന പദപ്രയോഗംകൊണ്ട് ലെനിൻ ഉദ്ദേശിച്ച കാർഷികവിപ്ലവത്തിന്റെ സമരശക്തികളെ ഉയർത്താനും അവിടങ്ങളിലെ ലെനിനിസ്റ്റുകാർക്ക് കഴിഞ്ഞു. അവിഭക്ത ഇന്ത്യയിലാകട്ടെ, ഗാന്ധിസം, ജിന്നയുടെ 'ദ്വിരാഷ്ട്രവാദം,' മറ്റു പല രൂപങ്ങളിലുമുള്ള ജാതി–മതാദിശിഥിലീകരണവാദങ്ങൾ, നെഹ്റുവിന്റെയും ബോസിന്റെയും മറ്റും 'ഇടതുപക്ഷ' ദേശീയവാദം, സർദാർ പട്ടേലിന്റെയും മറ്റും വലതുപക്ഷ ബൂർഷ്വാദേശീയവാദം മുതലായി വിവിധ രൂപങ്ങളിൽ പ്രത്യക്ഷപ്പെട്ട ബൂർഷ്വാദേശീയസിദ്ധാന്തങ്ങൾ കൊടികുത്തി വാണു. അവയെ സമർഥമായും ഫലപ്രദമായും എതിർത്തു തോൽപിച്ച് മാർക്സിസം-ലെനിനിസത്തെ ഇന്ത്യൻ ജനതയുടെ—തൊഴിലാളിവർഗത്തിന്റെ പോലും—യഥാർഥ സമരായുധമാക്കി മാറ്റാൻ ഇവിടുത്തെ ലെനിനിസ്റ്റുകാർക്ക് കഴിഞ്ഞില്ല. അവരിലൊരു വിഭാഗം ഈ ലെനിൻ ശതാബ്ദി ആഘോഷിക്കുമ്പോൾപോലും ലെനിനെയും ഗാന്ധിയെയും ഒരേതട്ടിൽ വെക്കുന്നുണ്ടെന്നത് അർഥഗർഭമാണ്. അത്രതന്നെ അർഥഗർഭമാണ് ബൂർഷ്വാദേശീയതയുടെ മൂർത്തീകരണമായ ഇന്ത്യൻ നാഷണൽ കോൺഗ്രസിനെയും അതിന്റെ ഗവൺമെന്റിനെയും 'പുരോഗമനശക്തി'കളിലൊന്നായി കണക്കാക്കി അതുമായി കൂട്ടുചേർന്നു ഒരു 'ദേശീയജനാധിപത്യ മുന്നണി' കെട്ടിപ്പടുക്കാൻ ഇതേ ലെനിനിസ്റ്റുകാർ നൽകുന്ന ആഹ്വാനം.

ഇന്ത്യൻ ദേശീയപ്രസ്ഥാനത്തിനകത്ത് ലെനിനിസത്തിനു സ്വാധീനം നേടാൻ കഴിയാതെ വന്ന ഈ സാഹചര്യത്തിൽ ബ്രിട്ടീഷ് ഭരണ

ത്തിൽ നിന്ന് സ്വാതന്ത്ര്യംനേടി ഇന്ത്യയിൽ മേധാവിത്വംനേടിയത് ഇവിടത്തെ ബൂർഷ്വാസിയും അതിന്റെ കൂട്ടാളികളായ ഫ്യൂഡൽവർഗക്കാരുമാണ്. ചൈനയിലും വിയത്നാമിലും നടന്നതുപോലെ, കൃഷിക്കാരുടെയും നാട്ടിൻപുറങ്ങളിലെ പട്ടിണിപ്പാവങ്ങളുടെയും സോവിയറ്റുകൾ എന്ന് ലെനിൻ വിളിച്ച ബഹുജനവിപ്ലവസംഘടനകളുടെ കൈയിലേക്കല്ല ഇന്ത്യയിൽ അധികാരക്കൈമാറ്റം നടന്നത്. അതുകൊണ്ട് സ്വതന്ത്ര ഇന്ത്യയിലെ ഭരണാധികാരശക്തി ഇവിടത്തെ ബഹുജനങ്ങൾക്കെതിരായി ഉപയോഗിക്കപ്പെടുന്ന ഒരായുധമായി മാറി. ഭരണാധികാരികളും ബഹുജനങ്ങളും തമ്മിലുള്ള വൈരുധ്യം ഇന്ത്യൻ സാമൂഹ്യജീവിതത്തിലെ മുഖ്യഘടകമായി നിലനിന്നു.

സ്വാതന്ത്ര്യലബ്ധിക്കുമുമ്പ് വിദേശഭരണാധികാരികളും ഇന്ത്യൻ ജനതയും തമ്മിലായിരുന്നു വൈരുധ്യമെങ്കിൽ സ്വാതന്ത്ര്യലബ്ധിക്കു ശേഷം പുതിയ ഭരണാധികാരികളും ബഹുജനങ്ങളും തമ്മിൽ അതേ വൈരുധ്യം വളർന്നുവരുമെന്നു വ്യക്തമായിരുന്നു. ആദ്യവർഷങ്ങളിൽ ഒരതിർത്തിവരെ മൂടിവെക്കപ്പെട്ടിരുന്ന ഈ വൈരുധ്യം 1952 ലെ ഒന്നാം പൊതുതിരഞ്ഞെടുപ്പോടുകൂടി മറനീക്കി പുറത്തുവന്നു. അതിനുശേഷം ഇന്നേവരെയുള്ള 18 കൊല്ലക്കാലത്തിനിടയ്ക്ക് സാവധാനത്തിലും ഏറ്റക്കുറച്ചിലോടുകൂടിയുമാണെങ്കിലും ആ വൈരുധ്യം വളർന്നു വരുകയാണ്. അതിന്റെ ഫലമായി ഉളവാകുന്ന വിവിധപ്രശ്നങ്ങൾക്കു പരിഹാരം കാണാൻ ബൂർഷ്വാഭരണനേതൃത്വത്തിന് ഒരതിർത്തിവരെ കഴിയുന്നുണ്ടെങ്കിലും ആ പരിഹാരങ്ങളെല്ലാം തികച്ചും താൽക്കാലികമാണ്; പോരെങ്കിൽ ഒരിക്കലുണ്ടാകുന്ന പരിഹാരം തന്നെ പുതിയ പല വിഷമപ്രശ്നങ്ങളും സൃഷ്ടിക്കുന്നുമുണ്ട്. ഇങ്ങനെ ക്രമേണ ക്രമേണയായി വളർന്നു വരുന്ന മൗലികവൈരുധ്യത്തിന്റെ-സ്വാതന്ത്ര്യലബ്ധിയോടുകൂടി അധികാരസ്ഥാനത്തെത്തിയ ബൂർഷ്വാ-ഫ്യൂഡൽ ഭരണാധികാരി വർഗങ്ങളും ബഹുജനങ്ങളും തമ്മിലുള്ള വൈരുധ്യത്തിന്റെ-രൂപഭേദങ്ങളാണ് ഇന്ന് കേന്ദ്ര-സംസ്ഥാന ഗവൺമെന്റുകളെ നേരിട്ടുകൊണ്ടിരിക്കുന്ന വിവിധ രാഷ്ട്രീയപ്രശ്നങ്ങൾ.

മറ്റ് ഏഷ്യനാഫ്രിക്കൻ രാജ്യങ്ങളിൽ

രണ്ടാം ലോകമഹായുദ്ധത്തിനുശേഷം സ്വാതന്ത്ര്യംനേടിയ മറ്റ് ഏഷ്യനാഫ്രിക്കൻ രാജ്യങ്ങളിൽ ചൈനയും വിയത്നാമുമൊഴിച്ചുള്ള മറ്റെല്ലാ രാജ്യങ്ങൾക്കും ഇതു ബാധകമാണ്. എന്തുകൊണ്ടെന്നാൽ ഇന്ത്യയിലെന്നപോലെ ഈ രാജ്യങ്ങളിലും വിദേശഭരണാധികാരികളിൽനിന്ന് അധികാരമേറ്റെടുത്തത് അവിടങ്ങളിലെ ഫ്യൂഡൽഗോത്രവർഗാദി (മുതലാളിത്തപൂർവ) സാമൂഹ്യവ്യവസ്ഥകളുടെ പ്രാതിനിധ്യം വഹിക്കുന്ന ചൂഷകവിഭാഗങ്ങളാണ്. യഥാർഥം പറയുകയാണെങ്കിൽ ഇന്ത്യക്കുണ്ടായിരുന്നേടത്തോളംപോലും മുതലാളിത്തവളർച്ച നടന്നു കഴിഞ്ഞിട്ടില്ലാത്ത ആ രാജ്യങ്ങളിൽ ബൂർഷ്വാഭരണാധികാരികളേക്കാൾ പരുക്കൻ സ്വഭാവമു

ള്ള—ബൂർഷ്വാജനാധിപത്യത്തിന്റെ ബാഹ്യാവരണമണിയാൻ കഴിയാത്ത—ചൂഷകവിഭാഗങ്ങളുടെ കൈകളിലേക്കാണ് അധികാരം പകർന്നു കിട്ടിയത്. അതുകൊണ്ട് ചൂഷകവർഗങ്ങളും ചൂഷിതവർഗങ്ങളും തമ്മിലുള്ള വൈരുധ്യം പരിഹരിക്കുന്നതിനും ചൂഷകവർഗങ്ങൾക്കിടയ്ക്കുതന്നെയുള്ള കിടമത്സരങ്ങൾ തീർക്കുന്നതിനുമെല്ലാം ബൂർഷ്വാ ജനാധിപത്യവാദികളെ അസ്വസ്ഥരാക്കുന്ന സ്വേച്ഛാധിപത്യമുറകൾ അവിടെയെല്ലാം അംഗീകരിക്കപ്പെട്ടു. ആരംഭകാലത്ത് ഇന്ത്യയെപ്പോലെതന്നെ ബൂർഷ്വാ ജനാധിപത്യത്തിന്റെ മാർഗമംഗീകരിച്ചിരുന്ന ഏഷ്യനാഫ്രിക്കൻ രാജ്യങ്ങളിൽപോലും ആ വ്യവസ്ഥ അതിവേഗത്തിൽ തകർക്കപ്പെട്ടു; പല രൂപത്തിലുമുള്ള പട്ടാളമേധാവിത്വങ്ങൾ പലേടത്തും സ്ഥാപിതമായി. പട്ടാളമേധാവിത്വം നിറഞ്ഞ രാജ്യങ്ങളുടെതായ ഒരു കടലിന്റെ നടുക്കുകിടക്കുന്ന ഒരു ജനാധിപത്യദ്വീപ് മാത്രമാണ് ഇന്ത്യയെന്ന് ഇന്ത്യക്കാരഭിമാനിക്കുകയും മറ്റുള്ളവർ ഇന്ത്യയെ പുകഴ്ത്താൻ തുടങ്ങുകയും ചെയ്തു.

ഇങ്ങനെ ഏഷ്യനാഫ്രിക്കൻ രാജ്യങ്ങളിൽ അനവരതം നടന്നുകൊണ്ടിരുന്ന ഭരണമാറ്റങ്ങളുടെ ഫലമായി ചില രാജ്യങ്ങളിൽ ചിലപ്പോൾ 'സോഷ്യലിസ്റ്റുകുപ്പായ'മണിഞ്ഞ ചിലർ അധികാരത്തിൽ വരാനിടയായി. അവർ സോഷ്യലിസ്റ്റുരാജ്യങ്ങളുമായി സൗഹൃദബന്ധത്തിലേർപ്പെടുകയും ഒരതിർത്തിവരെ സാമ്രാജ്യമേധാവിത്വത്തിനെതിരായി സ്വന്തം നാട്ടുകാരെ അണിനിരത്തുകയും ചെയ്തു. അങ്ങനെ 'സോഷ്യലിസ്റ്റുചേരിക്കും മുതലാളിത്തചേരിക്കും ഇടയ്ക്കു നിൽക്കുന്ന'തെന്നു പറയപ്പെടുന്ന കുറെ രാജ്യങ്ങൾ നിലവിൽവന്നു. ഇവരും സോഷ്യലിസ്റ്റു ചേരിയും തമ്മിലുള്ള സഹകരണത്തിന്റെ ഫലമായി രണ്ടാം ലോകമഹായുദ്ധം അവസാനിച്ച് 15 കൊല്ലം കഴിയുമ്പോഴേക്കും കൈവിരലിലെണ്ണാവുന്നത്ര ചുരുക്കം രാജ്യങ്ങളിലൊഴിച്ച് ഏഷ്യനാഫ്രിക്കൻ ഭൂഖണ്ഡത്തിൽനിന്നു നേരിട്ടുള്ള കൊളോണിയൽഭരണം തുടച്ചു നീക്കപ്പെട്ടു. ആഭ്യന്തരനയങ്ങളുടെ കാര്യത്തിലും ഇടതുചായ്‌വുള്ളതെന്നു പ്രത്യക്ഷത്തിൽ തോന്നുന്ന പല പ്രഖ്യാപനങ്ങളും ഇവയിൽ ചിലതിലെ ഭരണാധികാരികൾ നടത്തി.

ഈ പുത്തൻ പ്രവണതകളെ 'സർഗാത്മക മാർക്സിസ'ത്തിന്റെ സമീപനത്തോടെ പരിശോധിച്ചു വിലയിരുത്തുന്നുവെന്ന പേരിലാണ് സാർവദേശീയരംഗത്ത് ദേശീയ ജനാധിപത്യവും മുതലാളിത്തേതരമാർഗവുമെന്ന രണ്ടു മുദ്രാവാക്യങ്ങൾ ഉയർന്നുവന്നത്. സുശക്തമായ ഒരു സോഷ്യലിസ്റ്റ് ചേരി നിലവിലുള്ള പുതിയ സാഹചര്യത്തിൽ, സോഷ്യലിസ്റ്റ് രാജ്യങ്ങളിൽ നിന്നു കിട്ടുന്ന സഹായത്തിലൂടെ ദേശീയവികസനപ്രശ്നങ്ങൾക്ക് പരിഹാരം കാണാൻ ശ്രമിക്കുന്ന ഏഷ്യനാഫ്രിക്കൻ രാജ്യങ്ങൾക്ക് തൊഴിലാളി വർഗനേതൃത്വത്തിലൂടെയല്ലാതെ ജനാധിപത്യവിപ്ലവത്തിന്റെയും സോഷ്യലിസ്റ്റ്‌വിപ്ലവത്തിന്റെയും കടമകൾ പൂർത്തിയാക്കാൻ കഴിയുമെന്ന ധാരണയാണ് ഈ മുദ്രാവാക്യങ്ങൾക്കു പിന്നിലുള്ളത്. ഇതു സാധ്യമാകുമെന്നു സ്ഥാപിക്കുന്നതിനാകട്ടെ, മുതലാളിത്തേതരമാർഗത്തെക്കുറിച്ച് ലെനിൻ പ്രകടിപ്പിച്ച അഭിപ്രായം എടുത്തു കാട്ടപ്പെടുകയും ചെയ്തു. 1960 ൽ

മോസ്കോവിൽ 81 ലോകകമ്യൂണിസ്റ്റുപാർട്ടികളുടെ സമ്മേളനം കൂടിയപ്പോൾ സോവിയറ്റു-ചൈനീസ് കമ്യൂണിസ്റ്റുപാർട്ടികൾ അടക്കമുള്ള എല്ലാ പാർട്ടികളും ചേർന്ന് ഏകകണ്ഠമായിത്തന്നെ ഈ ആശയങ്ങൾ അംഗീകരിക്കുകയും ചെയ്തു.

ഇതിന്റെ അടിസ്ഥാനത്തിലാണ് ഇന്ത്യയിലെ വലതു കമ്യൂണിസ്റ്റു പാർട്ടി 1964 ൽ കൂടിയ അവരുടെ പാർട്ടി കോൺഗ്രസിൽ വെച്ച് ഒരു പരിപാടി അംഗീകരിച്ചത്. സാമ്രാജ്യാധിപത്യത്തിനും ഫ്യൂഡൽമേധാവിത്വത്തിനും എതിരായി നിൽക്കുന്ന ബൂർഷ്വാ വിഭാഗത്തിന്റെ പ്രാതിനിധ്യം വഹിക്കുന്ന കോൺഗ്രസുമായി സഹകരിച്ച് ഒരു ദേശീയജനാധിപത്യമുന്നണി കെട്ടിപ്പടുത്ത് വിദേശമേധാവിത്വത്തിനും ഫ്യൂഡലിസത്തിനും കുത്തകമുതലാളിത്തത്തിനുമെതിരായ സമരം വിജയിപ്പിക്കാമെന്നും അങ്ങനെ ഇന്ത്യയെ മുതലാളിത്തേതര മാർഗത്തിലൂടെ മുന്നോട്ടു നയിക്കാമെന്നുമുള്ള കാഴ്ചപ്പാടാണ് ആ പരിപാടിയിൽ അടങ്ങിയിട്ടുള്ളത്.

തെറ്റായ കാഴ്ചപ്പാട്

ഇതൊരു തെറ്റായ കാഴ്ചപ്പാടാണെന്ന് കമ്യൂണിസ്റ്റു (മാർക്സിസ്റ്റ്) പാർട്ടിയുടെ പരിപാടിയിൽ ചൂണ്ടിക്കാണിച്ചു. മറ്റ് ഏഷ്യനാഫ്രിക്കൻ രാജ്യങ്ങളുടെ സ്ഥിതി എന്തായിരുന്നാലും ദേശീയജനാധിപത്യവും മുതലാളിത്തേതരമാർഗവുമെന്ന ആശയങ്ങൾ ഇന്ത്യയ്ക്ക് ബാധകമല്ലെന്ന് ആ പരിപാടിയിൽ വ്യക്തമാക്കി. മറ്റെവിടെയുമുള്ളതിനേക്കാൾ മുതലാളിത്തം ഇന്ത്യയിൽ വളർന്നുകഴിഞ്ഞിട്ടുണ്ട്; അതിന്റെ തലപ്പത്തിരിക്കുന്നവരാകട്ടെ, കൂറ്റൻ കുത്തകക്കാരാണു താനും; ഫ്യൂഡൽ മേധാവികളുമായി അധികാരം പങ്കിട്ടെടുക്കുകയും ആ അധികാരമുപയോഗിച്ച് വിദേശ കുത്തകക്കാരുമായി കൂട്ടുകച്ചവടം നടത്തി കൊള്ളലാഭമടിക്കുകയും ചെയ്യുന്ന കൂറ്റൻ കുത്തകക്കാർ തന്നെയാണ് ഭരണാധികാരപ്പാർട്ടിയായ കോൺഗ്രസിന്റെ നേതൃത്വത്തിലുള്ളത്. അതുകൊണ്ട് കോൺഗ്രസിന്റെ നേതൃത്വത്തിലുള്ള ബൂർഷ്വാ ഭരണകൂടത്തിനെതിരായി നിരന്തരസമരം നടത്തി ഈ ഭരണകൂടത്തെ ഉന്മൂലനംചെയ്ത് പുതിയൊരു ജനകീയജനാധിപത്യഭരണകൂടം നിലവിൽ വരുത്തുകയാണ് മാർക്സിസം-ലെനിനിസം അംഗീകരിക്കുന്നവരുടെ ചുമതല. ഇതു സംബന്ധിച്ച് കമ്യൂണിസ്റ്റു (മാർക്സിസ്റ്റു) പാർട്ടിയുടെ പരിപാടിയിൽ പറയുന്ന കാര്യങ്ങൾ ഈ രേഖയ്ക്കുള്ള ഒരനുബന്ധമായി കൊടുത്തിട്ടുണ്ട്.

ദേശീയജനാധിപത്യവും മുതലാളിത്തേതരമാർഗവും ഇന്ത്യക്കു ബാധകമല്ലെങ്കിലും ലോകത്തിലെ മറ്റു പല കാര്യങ്ങൾക്കും ബാധകമാണെന്ന നിലപാടാണ് കമ്യൂണിസ്റ്റു (മാർക്സിസ്റ്റ്) പാർട്ടി അതിന്റെ പരിപാടിയിലെടുത്തിരിക്കുന്നത്. എന്നാൽ യഥാർഥത്തിൽ ലോകത്തിനാകെ അതു ബാധകമാണെന്ന (1960 ലെ മോസ്കോ സമ്മേളനത്തിന്റെ) നിലപാട് ശരിയാണോ, അതിൽത്തന്നെ തെറ്റായ ഒരു സമീപനം ഉൾക്കൊണ്ടിട്ടില്ലേ, എന്നു തുടങ്ങിയ പ്രശ്നങ്ങൾ അന്ന് പാർട്ടി പരിശോധിച്ചിരുന്നില്ല. ഇതെല്ലാം സംബ

ന്ധിച്ച ചർച്ച പിന്നീടൊരവസരത്തിൽ നടത്താമെന്ന നിലയ്ക്ക് മാറ്റിവെക്കുകയാണ് ചെയ്തത്.

ആ ചർച്ച പിന്നീട് നടന്നു. അതിന്റെ അടിസ്ഥാനത്തിൽ മോസ്കോ സമ്മേളനത്തിന്റെ സമീപനത്തിൽത്തന്നെ മൗലികമായ ഒരു തെറ്റുണ്ടെന്ന നിഗമനത്തിൽ പിന്നീട് സെൻട്രൽകമ്മിറ്റി ചെന്നെത്തുകയുണ്ടായി. 1968 ഏപ്രിൽ മാസത്തിൽ ബർദ്വാനിൽ വെച്ചുകൂടിയ അഖിലേന്ത്യാപ്ലീനത്തിൽ അംഗീകരിച്ച പ്രത്യയശാസ്ത്രപ്രമേയം ദേശീയജനാധിപത്യമുദ്രാവാക്യത്തെ റിവിഷനിസ്റ്റ് മുദ്രാവാക്യമെന്നു വിശേഷിപ്പിക്കുകയുണ്ടായി. അതു സംബന്ധിച്ചു പ്രത്യയശാസ്ത്ര പ്രമേയത്തിൽ പറഞ്ഞ ഭാഗവും അനുബന്ധമായി ചേർത്തിട്ടുണ്ട്.

1960 ലെ മോസ്കോ സമ്മേളനത്തിനുശേഷം, അതിന്റെ കാഴ്ചപ്പാടിനൊത്ത് ദേശീയ ജനാധിപത്യത്തിന്റേയും മുതലാളിത്തേതരമാർഗത്തിന്റെയും സമീപനമംഗീകരിച്ചവയെന്നു പറയപ്പെട്ടിരുന്ന പല ഏഷ്യനാഫ്രിക്കൻ രാജ്യങ്ങളിലും നടന്ന പ്രതിവിപ്ലവങ്ങളാണ് 1960 ലെ കാഴ്ചപ്പാട് തെറ്റായിരുന്നുവെന്ന നിഗമനത്തിലെത്താൻ കമ്യൂണിസ്റ്റു (മാർക്സിസ്റ്റ്) പാർട്ടിയെ പ്രേരിപ്പിച്ചത്. ഇന്തോനേഷ്യ, ഘാന, ഗിനി, അൾജീരിയ മുതലായ പല രാജ്യങ്ങളിലും ദേശീയജനാധിപത്യത്തിന്റെയും മുതലാളിത്തേതര മാർഗത്തിന്റേയും ശക്തികൾക്ക് പ്രാബല്യമുള്ള ഭരണകൂടങ്ങളാണ് നിലവിലിരുന്നതെന്നാണ് കരുതപ്പെട്ടിരുന്നത്. അതിന്റെ അടിസ്ഥാനത്തിലാണ്, ബൂർഷ്വാദേശീയതയും ദേശീയവിപ്ലവശക്തികളും തമ്മിലുള്ള വ്യത്യാസത്തെയും കൃഷിക്കാരുടെ സോവിയറ്റുകൾക്കു രൂപംനൽകുന്നതിന്റെ ആവശ്യത്തെയുംകുറിച്ച് ലെനിൻ ആവിഷ്കരിച്ച തത്വങ്ങൾക്കെല്ലാം കടകവിരുദ്ധമായി ഗോത്രവർഗ—പെറ്റിബൂർഷ്വാ വിഭാഗങ്ങളുടെ നേതൃത്വത്തിലുള്ളതും പട്ടിണിപ്പാവങ്ങളുടെ സമരങ്ങളോടു ശത്രുതകാണിക്കുന്നതുമായ ഗവൺമെന്റുകളെപ്പോലും ദേശീയജനാധിപത്യത്തിന്റെയും മുതലാളിത്തേതര മാർഗത്തിന്റേയും മാതൃകകളായി ചിത്രീകരിക്കാനുള്ള റിവിഷനിസ്റ്റു ശ്രമം നടന്നത്. ഈ ശ്രമത്തിന്റെ പാപ്പരത്തം വ്യക്തമായതോടെ, ഇന്ത്യക്കു ബാധകമല്ലെന്ന് അതിനു മുമ്പുതന്നെ പ്രഖ്യാപിക്കപ്പെട്ട ദേശീയ-ജനാധിപത്യ-മുതലാളിത്തേതര മാർഗ കാഴ്ചപ്പാട് പൊതുവിൽത്തന്നെ തെറ്റായിരുന്നുവെന്ന നിഗമനത്തിലെത്താൻ കമ്യൂണിസ്റ്റു (മാർക്സിസ്റ്റു) പാർട്ടിക്കു കഴിഞ്ഞു.

പൊതുകാഴ്ചപ്പാടിലെ തെറ്റിന്റെ ഭാഗം

സാമ്രാജ്യാധിപത്യത്തിനെതിരായും ദേശീയസ്വാതന്ത്ര്യത്തിനുവേണ്ടിയും പോരാടുന്ന ജനവിഭാഗങ്ങളുടെ കാര്യത്തിൽ അംഗീകരിക്കപ്പെട്ട ഈ റിവിഷനിസ്റ്റു സമീപനമാകട്ടെ, സാർവദേശീയ വിപ്ലവപ്രസ്ഥാനം സംബന്ധിച്ച പൊതുകാഴ്ചപ്പാടിൽ കടന്നുകൂടിയ റിവിഷനിസത്തിന്റെ ഭാഗമാണുതാനും. മുതലാളിത്തത്തിൽനിന്ന് സോഷ്യലിസത്തിലേക്കുള്ള പരിവർത്തനത്തിൽ ഒന്നോ അധികമോ രാജ്യങ്ങളിൽ രൂപംകൊള്ളുന്ന തൊഴിലാളി

വർഗസർവാധിപത്യത്തിന്റെ ഭരണകൂടങ്ങൾക്കുള്ള പങ്കെന്താണെന്ന കാര്യത്തിൽ ലെനിനിസത്തിനെതിരായ ഒരു സമീപനം ലോകകമ്യൂണിസ്റ്റുപ്രസ്ഥാനത്തിനകത്ത് രണ്ടാം ലോകമഹായുദ്ധം അവസാനിച്ചതിനു ശേഷം വളർന്നുവരുകയുണ്ടായി.

സാർവദേശീയരംഗത്ത് ബൂർഷ്വാസിയും തൊഴിലാളിവർഗവും തമ്മിൽ നടക്കുന്ന സംഘട്ടനത്തിൽ തൊഴിലാളിവർഗത്തിന് ഉപയോഗിക്കുവാൻ കഴിയുന്ന മൂർച്ചയേറിയ ആയുധമാണ് ഒന്നോ അധികമോ രാജ്യങ്ങളിൽ നിലവിൽവരുന്ന തൊഴിലാളിവർഗ സർവാധിപത്യഭരണകൂടം; ഈ ഭരണകൂടത്തിന്റെ കൈയിലുള്ള എല്ലാ ശക്തികളും (സാമ്പത്തികം, സൈനികം, നയതന്ത്രപരം മുതലായി എല്ലാ രംഗങ്ങളെയും ബാധിക്കുന്ന സർവശക്തികളും) മുതലാളിത്തലോകത്തിലെ തൊഴിലാളിവർഗവിപ്ലവപ്രസ്ഥാനങ്ങൾക്കും കൊളോണിയൽ രാജ്യങ്ങളിലെ ദേശീയവിപ്ലവപ്രസ്ഥാനങ്ങൾക്കും സഹായകരമായുപയോഗിക്കണം—ഈ കാഴ്ചപ്പാടാണ് ലെനിനുണ്ടായിരുന്നത്. തന്റെ നേതൃത്വത്തിൽ റഷ്യയിൽ ഉയർന്നുവന്ന തൊഴിലാളിവർഗസർവാധിപത്യം ലോകതൊഴിലാളിവർഗത്തിനാകെ ഉപയോഗിക്കാവുന്ന മൂർച്ചയേറിയ ഒരായുധമാണെന്നു ലെനിൻ മനസ്സിലാക്കിയിരുന്നു. അതിനെ ശത്രുക്കളുടെ ആക്രമണത്തിൽനിന്നു രക്ഷിക്കാനുള്ള ചുമതല മറ്റു രാജ്യങ്ങളിലെ വിപ്ലവകാരികൾക്കുണ്ടെന്നതുപോലെതന്നെ, മറ്റെല്ലാ രാജ്യങ്ങളിലെയും വിപ്ലവപ്രസ്ഥാനങ്ങൾക്ക് എല്ലാ വിധത്തിലുമുള്ള സഹായങ്ങൾ നൽകുന്നത് സോവിയറ്റു ഭരണകൂടത്തിന്റെ ചുമതലയാണെന്നദ്ദേഹം മനസ്സിലാക്കിയിരുന്നു.

അതായത് സോവിയറ്റുഭരണകൂടവും മറ്റു രാജ്യങ്ങളിലെ വിപ്ലവപ്രസ്ഥാനങ്ങളും പരസ്പരം നൽകുന്ന സഹായസഹകരണങ്ങളിലൂടെയാണ് ലോകവിപ്ലവം പുരോഗമിക്കുക; അതിലൂടെ മാത്രമേ കൊളോണിയൽ നുകംപേറി നടക്കുന്ന ജനവിഭാഗങ്ങൾക്ക്, മുതലാളിത്തത്തിന്റേതായ ഒരന്തരാളഘട്ടമില്ലാതെതന്നെ സോഷ്യലിസത്തിലേക്കു പുരോഗമിക്കാൻ (മുതലാളിത്തേതര മാർഗത്തിലൂടെ നീങ്ങണമെന്നർഥം) കഴിയൂ എന്ന നിഗമനത്തിലാണ് ലെനിൻ ചെന്നെത്തിയത്.

ഈ ലെനിനിസ്റ്റ് നിഗമനത്തിന്റെ വിപ്ലവപരമായ ഉള്ളടക്കം മറച്ചുവെച്ച് ലെനിന്റെ കൃതികളിൽ നിന്ന് ചില ഉദ്ധരണികൾ അങ്ങുനിന്നും ഇങ്ങുനിന്നും പെറുക്കിയെടുത്ത് ലോകസമാധാനം, സമാധാനപരമായ സഹവർത്തിത്വം, സമാധാനപരമായ സാമൂഹ്യപരിവർത്തനം എന്നെല്ലാമുള്ള ആശയങ്ങൾ പ്രചരിപ്പിക്കാനാണ് സാർവദേശീയ മാർക്സിസ്റ്റ്-ലെനിനിസ്റ്റുകാരിലൊരു വിഭാഗം മുതിർന്നത്.

2-ാം ലോകമഹായുദ്ധത്തിനു ശേഷം ഉയർന്നുവന്ന പുതിയ സാഹചര്യത്തിൽ സോഷ്യലിസ്റ്റു കോയ്മകൾക്കുള്ള പങ്കിനെക്കുറിച്ചും ഒരു പുതിയ കാഴ്ചപ്പാട് ആവിഷ്കരിക്കപ്പെട്ടു. മുതലാളിത്തരാജ്യങ്ങളിലെ സോഷ്യലിസ്റ്റുവിപ്ലവപ്രസ്ഥാനങ്ങൾക്കും കൊളോണിയൽ രാജ്യങ്ങളിലെ ദേശീയ വിമോചനപ്രസ്ഥാനങ്ങൾക്കും സർവവിധ സഹായങ്ങളും നൽകു

കയല്ല അവരുടെ കടമ; സമാധാനം നിലനിർത്താനാവശ്യമായ ഒത്തുതീർപ്പുകൾ സാമ്രാജ്യകോയ്മകളുമായി ഉണ്ടാക്കുകയും സാമ്പത്തികസഹായം നൽകുകയുമാണ്–ഇത്തരത്തിലൊരു നിലപാട് അംഗീകരിക്കപ്പെട്ടു.

സോഷ്യലിസ്റ്റ് രാജ്യങ്ങൾക്കകത്തുനടത്തേണ്ട നിർമാണപ്രവർത്തനങ്ങളുടെ കാര്യത്തിലും ഒരു വിപ്ലവപാർട്ടിയുടെ ആദർശദാർഢ്യത്തിൽനിന്നും ത്യാഗപൂർവമായ പ്രവർത്തനത്തിൽനിന്നും അടർത്തിയെടുത്തുകൊണ്ടു 'ഭൗതികനേട്ടങ്ങൾക്കുവേണ്ടിയുള്ള പ്രചോദന'ത്തെക്കുറിച്ച് പുതിയ സിദ്ധാന്തങ്ങൾ ആവിഷ്കരിക്കപ്പെട്ടു. പോരെങ്കിൽ, തൊഴിലാളിവർഗ സർവാധിപത്യം, തൊഴിലാളിവർഗത്തിന്റേതായ വിപ്ലവപാർട്ടി എന്നിവയെക്കുറിച്ചെല്ലാമുള്ള ലെനിനിസ്റ്റുസിദ്ധാന്തങ്ങളുടെ അടി തകർക്കുന്ന ചില ആശയങ്ങൾ ('മുഴുവൻ ജനതയുടെയും ഭരണകൂടം,' 'മുഴുവൻ ജനതയുടെയും പാർട്ടി' എന്നെല്ലാമുള്ള ആശയങ്ങൾ) രൂപംപ്രാപിച്ചു.

ലോകകമ്യൂണിസ്റ്റ് പ്രസ്ഥാനത്തിലെ പിളർപ്പ്

ഈ സംഭവവികാസങ്ങളുടെ സ്വാഭാവികപരിണാമമാണ് 1956 ൽ പോളണ്ടിലും ഹങ്കറിയിലും 1968 ൽ ചെക്കോസ്ലോവാക്യയിലും നടന്നത്. തൊഴിലാളിവർഗസർവാധിപത്യത്തിന്റെ ഭരണകൂടത്തിനെതിരായി ഇടപെടലുകൾ സംഘടിപ്പിക്കാൻ സാമ്രാജ്യകോയ്മകൾക്കു സൗകര്യം നൽകത്തക്ക ഈ സംഭവങ്ങളിൽനിന്ന് പാഠംപഠിച്ച് ലെനിനിസത്തിന്റെ ഉറച്ച അടിസ്ഥാനത്തിൽ കാര്യങ്ങൾകാണാനും പ്രശ്നങ്ങൾ കൈകാര്യം ചെയ്യാനും തുടങ്ങുന്നതിനുപകരം 'സർഗാത്മക മാർക്സിസ'ത്തിന്റെ പേരിൽ ആവിഷ്കരിക്കപ്പെട്ട പുതിയ സിദ്ധാന്തങ്ങൾ കൂടുതൽ വ്യാപകമായതോതിൽ പ്രചരിപ്പിക്കാനും അതനുസരിച്ചു പ്രവർത്തിക്കാനുമാണ് ഒട്ടനവധി രാജ്യങ്ങളിലെ മാർക്സിസ്റ്റു–ലെനിനിസ്റ്റുകാർ ശ്രമിച്ചത്. ഇതിന്റെ ഫലമായി ലോകകമ്യൂണിസ്റ്റു പ്രസ്ഥാനവും സോഷ്യലിസ്റ്റു ചേരിയും രണ്ടായി പിരിഞ്ഞു. പിന്നീട് ഈ രണ്ടു ചേരിയിലും ഭിന്നിപ്പ് പൊട്ടിപ്പുറപ്പെട്ട് രൂക്ഷമായിത്തീർന്നു. സുശക്തമായ രണ്ടു സോഷ്യലിസ്റ്റുകോയ്മകൾ സൈനികനിലവാരത്തിൽ അന്യോന്യം ഏറ്റുമുട്ടുകയും അതിലോരോ ചേരിയും മറുചേരിക്കെതിരായി സാമ്രാജ്യകോയ്മകളുടെ നയതന്ത്രപരമായ സഹായം തേടുകയും ചെയ്തു. ഇന്ത്യ, പാകിസ്ഥാൻ എന്നിവയടക്കം ബൂർഷ്വാ–ഫ്യൂഡൽ മേധാവിത്വം നിലനിൽക്കുന്ന രാജ്യങ്ങളിലെ ഭരണാധികാരികളെയും ഇതുപോലെതന്നെ സ്വന്തം ചേരിയിൽ നിർത്തുന്നതിന് രണ്ടു പ്രബല സോഷ്യലിസ്റ്റു കോയ്മകൾ പരസ്പരം മത്സരിക്കാൻ തുടങ്ങി.

ഈ പ്രക്രിയയ്ക്ക് മുൻകൈഎടുത്തത് ലെനിന്റെ വ്യക്തിപരമായ നേതൃത്വത്തിൽ വളർന്ന സോവിയറ്റ് കമ്യൂണിസ്റ്റു പാർട്ടിയാണെന്നത് നമ്മെ വേദനിപ്പിക്കുന്നു. സോവിയറ്റു കമ്യൂണിസ്റ്റുപാർട്ടിയുടെ ഈ സമീപനത്തെ എതിർക്കുന്നുവെന്നവകാശപ്പെടുന്ന ചൈനീസ് കമ്യൂണിസ്റ്റു പാർട്ടിയും ഈ പ്രക്രിയയ്ക്ക് അവരുടെതായ സംഭാവന ആദ്യകാലത്തു നൽകിയിട്ടുണ്ട്. അവരുടെകൂടി ആനുകൂല്യത്തോടെയാണ് 'ദേശീയജനാ

ധിപത്യവും മുതലാളിത്തേതരമാർഗവു'മെന്ന ആശയം അംഗീകരിക്കപ്പെട്ടത്. സമാധാനപരമായ സഹവർത്തിത്വം മുതലായ ആശയങ്ങൾക്കും അവർ തങ്ങളുടെ അംഗീകാരം നൽകി. പിന്നീട് സോവിയറ്റു കമ്യൂണിസ്റ്റുപാർട്ടിയുടെ തെറ്റുകൾ തിരുത്തുന്നുവെന്ന പേരിലാകട്ടെ ലോകവിപ്ലവപ്രസ്ഥാനത്തെ മറുകണ്ടം ചാടിക്കുന്ന സമീപനം അവരംഗീകരിക്കുകയാണുതാനും.

ഈ രണ്ടു പ്രബലസോഷ്യലിസ്റ്റുരാജ്യങ്ങളിലെയും കമ്യൂണിസ്റ്റുപാർട്ടികൾ ഇന്ത്യയിലെ മാർക്സിസ്റ്റു ലെനിനിസ്റ്റുകാരെ താന്താങ്ങളുടെ ചേരിയിലേക്കു പിടിച്ചു വലിക്കാനുള്ള ശ്രമം കൊണ്ടുപിടിച്ചു നടത്തുകയും അതു ഭാഗികമായി വിജയിക്കുകയും ചെയ്യുന്നതിനെത്തുടർന്ന് ഗൗരവാവഹമായ ഒരു പ്രതിസന്ധി ഇന്ത്യൻ വിപ്ലവത്തിന്റെ മാർക്സിസ്റ്റ്–ലെനിനിസ്റ്റ് നേതൃത്വത്തെ നേരിട്ടു കഴിഞ്ഞിട്ടുള്ള ഒരു സന്ദർഭത്തിലാണ് നാം ലെനിൻ ശതാബ്ദി കൊണ്ടാടുന്നത്. അതുകൊണ്ടാണ് ലെനിനിസത്തിന്റേതിനു സർവഥാ എതിരായിട്ടുള്ള ഒരു പ്രപഞ്ചവീക്ഷണത്തിന്റെയും പ്രായോഗിക രാഷ്ട്രീയപ്രവർത്തനത്തിന്റെയും പ്രതിനിധിയായ ഗാന്ധിയെ ലെനിനോടൊപ്പം ഒരേ തട്ടിലിരുത്താൻ ലെനിനിസ്റ്റുകാരെന്നവകാശപ്പെടുന്ന ഒരു വിഭാഗം ആളുകൾക്ക് കഴിയുന്നത്. ഈ മാർഗം വിട്ട് ലെനിനിസത്തിന്റെ മാർഗത്തിലേക്കു തിരിച്ചുവരാൻ ഈ സുഹൃത്തുക്കൾ തയ്യാറാവുമോ എന്നെനിക്കറിഞ്ഞുകൂടാ. അങ്ങനെ തയ്യാറാവുകയാണ് ലെനിന്റെ പേരിൽ ബഹുമാനം രേഖപ്പെടുത്താനുള്ള ഏറ്റവും നല്ല മാർഗമെന്ന് അവരെ ഓർമപ്പെടുത്താൻ ഞാൻ ഈ സന്ദർഭം ഉപയോഗിക്കട്ടെ.

എന്താണ് ലെനിനിസത്തിന്റെ മാർഗം? ഇതിനു മുമ്പ് ചൂണ്ടിക്കാണിച്ചതുപോലെ, ബൂർഷ്വാ ദേശീയപ്രസ്ഥാനത്തിനകത്ത് ഒരു സ്വതന്ത്ര വിപ്ലവശക്തിയായി പ്രവർത്തിച്ച് കൃഷിക്കാരടക്കമുള്ള നാട്ടിൻപുറങ്ങളിലെ പട്ടിണിപ്പാവങ്ങളെ വിപ്ലവാടിസ്ഥാനത്തിൽ സംഘടിപ്പിച്ച് അവരുടെ വർഗസമരത്തിന്റെ സംഘടിതരൂപമായ കർഷക(ദരിദ്രജന) സോവിയറ്റുകൾ സംഘടിപ്പിക്കുക. ഈ മാർഗമവലംബിച്ചു തൊഴിലാളി-കർഷകസമരസഖ്യം കെട്ടിപ്പടുത്തു ദേശീയ വിപ്ലവത്തിന്റെ ശക്തികളെ കെട്ടഴിച്ചുവിടുന്നതിൽ ഇന്ത്യയിലെ ലെനിനിസ്റ്റുകാർക്ക് 1947 ആഗസ്ത് 15 വരെ പറ്റിയ പരാജയമാണ് ദേശീയ ബൂർഷ്വാസിയും വിദേശീയഭരണാധികാരികളും തമ്മിൽ ഒരൊത്തുതീർപ്പുണ്ടാക്കാൻ സഹായിച്ചത്. ആ ഒത്തുതീർപ്പുപ്രസ്ഥാനത്തിന്റെ സമർഥനായ സംഘാടകനെ, മഹാത്മാഗാന്ധിയെ, ഇന്ത്യൻ വിപ്ലവത്തിന്റെ നേതാവായി ചിത്രീകരിക്കുന്നതിൽ കൂടുതൽ ഘോരമായ ഒരപരാധം ഈ ശതാബ്ദിയാഘോഷിക്കുന്ന സന്ദർഭത്തിൽ ലെനിനോട് ഒരാൾക്കും ചെയ്യാൻ വയ്യാ.

ലെനിനിസ്റ്റു മാർഗം–ഏകമാർഗം

അതിരിക്കട്ടെ, ഇതിനുമുമ്പു സംക്ഷിപ്തമായി വിവരിച്ച നമ്മുടെ സാമൂഹ്യരാഷ്ട്രീയക്കുഴപ്പത്തിന് ലെനിനിസ്റ്റുമാർഗമനുസരിച്ചല്ലാതെ

മറ്റേതെങ്കിലും പരിഹാരം കാണാൻ കഴിയുമോ? ഇല്ലെന്നാണ് എന്റെ വ്യക്തമായ അഭിപ്രായം. മുതലാളിത്തത്തിന്റേതായ മാർഗത്തിലൂടെ ഇന്ത്യയെ പുരോഗമിപ്പിക്കാൻ ബൂർഷ്വാസിചെയ്യുന്ന ശ്രമമാണ് ഈ കുഴപ്പങ്ങൾക്കെല്ലാം അടിസ്ഥാനം; ഈ ശ്രമം തുടരുന്ന കാലത്തോളം കുഴപ്പവും തുടരും. അതുകൊണ്ട് ബൂർഷ്വാസിയുടെ നേതൃത്വത്തിൽ രൂപം കൊണ്ട ഈ ഭരണവ്യവസ്ഥയെയാകെ അടിമുടി മാറ്റി വിദേശകുത്തകക്കാർ, ഫ്യൂഡൽമേധാവികൾ, ഫ്യൂഡൽമേധാവികളുമായി കൂട്ടുചേർന്നു ഭരണകൂടം നിയന്ത്രിക്കുകയും അതുപയോഗിച്ചു വിദേശീയ കുത്തകക്കാരുമായി സാമ്പത്തികബന്ധങ്ങളുറപ്പിച്ച് ലാഭമടിക്കുകയും ചെയ്യുന്ന നാടൻ വൻകിട മുതലാളിമാർ എന്നിവർക്കെല്ലാമെതിരായി സുശക്തനടപടികളെടുക്കുന്ന ഒരു പുതിയ ഭരണകൂടം തൊഴിലാളിവർഗനേതൃത്വത്തിലും, തൊഴിലാളി-കർഷകസഖ്യത്തിലടിയുറച്ചും നിലവിൽവരണം. അതിനാണ് ജനകീയ ജനാധിപത്യഭരണകൂടമെന്ന് ലെനിന്റെ യഥാർഥ അനുയായികൾ പേരിട്ടിരിക്കുന്നത്.

കർഷക സോവിയറ്റുകളെന്ന് ലെനിൻ വിളിക്കുന്ന കൃഷിക്കാരുടെ വിപ്ലവസമരസംഘടനകളാണ് ഈ ജനകീയ ജനാധിപത്യ ഭരണകൂടത്തിന്റെ അടിത്തറ. ഈ കർഷക സോവിയറ്റുകളുടെ വളർച്ചയ്ക്ക് തികച്ചും അനുകൂലമായ സാഹചര്യങ്ങളാണ് ഇന്ന് ഇന്ത്യയിലുള്ളതെന്ന് ഭരണാധികാരിവൃത്തങ്ങൾ തന്നെ പരസ്യമായി സമ്മതിച്ചു കഴിഞ്ഞിട്ടുണ്ട്. 'ഇന്ത്യയിലെ ഗ്രാമപ്രദേശങ്ങൾ ഒരു പൊട്ടിത്തെറിയുടെ വക്കത്താണ്' എന്ന കേന്ദ്ര ആഭ്യന്തരവകുപ്പിന്റെ നിഗമനമാണ് ഞാൻ ഇവിടെ ഉദ്ദേശിക്കുന്നത്. നാട്ടിൻപുറങ്ങളിലെ ഈ സ്ഫോടകാവസ്ഥയെ സമർഥമായി കൈകാര്യംചെയ്യാൻ—സ്വന്തം വർഗമേധാവിത്വത്തിന് എതിരല്ലാത്തരീതിയിൽ ഗ്രാമീണജനതയുടെ അസ്വസ്ഥതയെ തിരിച്ചു വിടാൻ—കഴിയുമോ എന്നാണ് ഭരണാധികാരിവർഗങ്ങളുടെ വിവിധ വിഭാഗങ്ങൾ പരിശോധിക്കുന്നത്.

നേരെമറിച്ച്, ഈ ഭരണാധികാരിവർഗങ്ങൾക്കെതിരായി ഇതേ അസ്വസ്ഥതയെ തിരിച്ചു വിടാനും അങ്ങനെ ബൂർഷ്വാ-ഫ്യൂഡൽ വർഗങ്ങളെയാകെ ഭരണരംഗത്തുനിന്നും, അവരെയും അവരുടെ കൂട്ടുകാരായ ദേശീയകുത്തകക്കാരെയും സാമ്പത്തികരംഗത്തുനിന്നും തുടച്ചു നീക്കാനും ശ്രമിക്കുകയാണ് ലെനിനിസ്റ്റുകാരുടെ കടമ. അതുകൊണ്ടാണ് കമ്യൂണിസ്റ്റു (മാർക്സിസ്റ്റ്) പാർട്ടിയുടെ സെൻട്രൽ കമ്മിറ്റി കർഷകമുന്നണിയിലെ കടമകൾ എന്ന പ്രമേയത്തിൽ 'കിസാൻ പ്രസ്ഥാനത്തിന്റെയും വിവിധ തലങ്ങളിലുള്ള അതിന്റെ സംഘടനകളുടെയും അത്യന്തം മോശമായസ്ഥിതിയിൽ ഇന്നത്തെ ഇന്ത്യൻപരിതസ്ഥിതിയുടെ ഏറ്റവും വലിയ ദൗർബല്യം പ്രകടമായിട്ടുണ്ട്' എന്നും, 'നമ്മുടെ പരിപാടിയിലും ഈ രേഖയുടെ ആദ്യഭാഗങ്ങളിലും പറഞ്ഞ കടമകൾ നിറവേറ്റുന്നതിന് കർഷകജനതയെ സംഘടിപ്പിക്കുന്നതിലും കിസാൻരംഗത്തെ നമ്മുടെ പ്രവർത്തനത്തിൽ നിലനിൽക്കുന്ന ന്യൂനതകളും തടസ്സങ്ങളും തരണം ചെയ്യുന്നതിലും എത്ര വേഗത്തിലും ഫലപ്രദമായും വിജയം വരിക്കു

ന്നുവോ അതിനെ ആശ്രയിച്ചാണ് നമ്മുടെ ജനാധിപത്യ പ്രസ്ഥാനത്തിന്റെ ഭാവിവികാസവും നമ്മുടെ പാർട്ടിയുടെ വളർച്ചയും നിലകൊള്ളുന്നത്' എന്നുംപറഞ്ഞിട്ടുള്ളത്.

രണ്ടു മുഖ്യ പാളിച്ചകൾ

ലെനിനിസ്റ്റ് കാഴ്ചപ്പാടനുസരിച്ച് കാർഷികവിപ്ലവത്തിന്റെ ശക്തികളെ കെട്ടഴിച്ചു വിടുകയെന്ന ഈ കാഴ്ചപ്പാടിനെതിരായിട്ടെന്നപോലെ തന്നെ അതിനെ വികൃതപ്പെടുത്താനും ലെനിനിസ്റ്റുകാരെന്നു സ്വയം അവകാശപ്പെടുന്ന ചിലർ ശ്രമിക്കുന്നുണ്ട്. കാർഷികവിപ്ലവത്തിന്റെ ശക്തികളെ ബൂർഷ്വാദേശീയതയ്ക്കു അടിമപ്പെടുത്താനാണ് ഒരു വശത്തു ശ്രമം നടക്കുന്നതെങ്കിൽ, മറുവശത്ത് കാർഷികവിപ്ലവത്തിന്റെ ശക്തികളെ വളർത്തുന്നതു സംബന്ധിച്ച് ലെനിൻ ആവിഷ്കരിച്ച സമരതന്ത്രങ്ങളെ നിഷേധിക്കാനുള്ള ശ്രമങ്ങളും നടക്കുന്നുണ്ട്. ഇതിലാദ്യത്തെതിന്റെ പ്രത്യയശാസ്ത്രനേതൃത്വം ഗാന്ധിസത്തിനാണെങ്കിൽ രണ്ടാമത്തേതിനെ ആശയപരമായി നയിക്കുന്നത് ചൈനീസ് വിപ്ലവത്തിലംഗീകരിക്കപ്പെട്ട മാർഗങ്ങൾ അതേപടി യാന്ത്രികമായി ഇന്ത്യയിലും അംഗീകരിക്കണമെന്നുള്ള മൗവിസ്റ്റ് ചിന്താഗതിയാണ്. ഇതു രണ്ടും അതിന്റെതായ മാർഗങ്ങളിലൂടെ ചെയ്യുന്നത് ഒന്നുതന്നെ—കാർഷികവിപ്ലവത്തിന്റെ ശക്തികളെ ശിഥിലീകരിച്ച് ഛിന്നഭിന്നമാക്കിക്കളയുക.

ലെനിനിസ്റ്റ് സമരതന്ത്രം സ്വന്തം രാജ്യത്ത് ഫലപ്രദമായി പ്രയോഗിച്ചതിന്റെ ഉജ്ജ്വലമായ ഒരു മാതൃകയാണ് മൗ സെ ദോങ്ങിന്റെ നേതൃത്വത്തിൽ വളർന്നുവന്ന ചൈനീസ് വിപ്ലവപ്രസ്ഥാനവും ചൈനീസ് കമ്യൂണിസ്റ്റുപാർട്ടിയുമെന്ന് ഈ പ്രബന്ധത്തിൽത്തന്നെ ഇതിനുമുമ്പ് സൂചിപ്പിച്ചിട്ടുണ്ട്. അതൊരിക്കൽക്കൂടി ആവർത്തിക്കുകയും, ആ നിലയ്ക്ക് മൗ സെ ദോങ്ങിനോടു ബഹുമാനം പ്രകടിപ്പിക്കുകയും ചെയ്യുന്നതോടൊപ്പം തന്നെ, ചൈനയും ഇന്ത്യയും തമ്മിൽ പല കാര്യങ്ങളിലും വ്യത്യാസമുണ്ടെന്നും അതുകൊണ്ട് ചൈനയിൽ വിജയിച്ച അതേ മാർഗം ആ രീതിയിൽത്തന്നെ ഇന്ത്യയിൽ പ്രയോഗിക്കാൻ ശ്രമിക്കുന്നത് ലെനിനിസ്റ്റ് വീക്ഷണത്തിന് കടകവിരുദ്ധമാണെന്നുംകൂടി എടുത്തു പറയേണ്ടതുണ്ട്.

റഷ്യൻ വിപ്ലവത്തിന്റെ കാതലായ ഭാഗം—തൊഴിലാളികർഷകജനസാമാന്യത്തിന്റെ വിപ്ലവസമരങ്ങളിലൂടെ ഉയർന്നുവരുന്ന സമരസംഘടനകൾ ബൂർഷ്വാഭരണകൂടത്തിന്റെ കടപുഴക്കിയെറിഞ്ഞ് ജനങ്ങളുടെ അധികാരശക്തിയുടെ പ്രതീകങ്ങളായി മാറുകയെന്ന പ്രക്രിയ—മൗ സ്വീകരിച്ചു.

എന്നാൽ ചൈനയ്ക്കുള്ള പല സവിശേഷതകളും—എണ്ണത്തിൽ കുറഞ്ഞ ഒരു തൊഴിലാളിവർഗം, നിരവധി സാമ്രാജ്യകോയ്മകളുടെ സാമ്പത്തികരാഷ്ട്രീയമേധാവിത്വം, ഒരു കേന്ദ്രീകൃതഭരണത്തിന്റെ അഭാവം, വിവിധ സംസ്ഥാനങ്ങളിൽ ഭരണമേധാവിത്വം വഹിക്കുന്ന സൈനികമേധാവികൾ തമ്മിലുള്ള പരസ്പരമത്സരം, മുതലായവ—തികച്ചും കണ

ക്കിലെടുത്തിട്ടാണ് ചൈനീസ് വിപ്ലവത്തിന്റെ മൗലികമായ സമരതന്ത്രം മൗ ആവിഷ്കരിച്ചത്.

അതുപോലെതന്നെ റഷ്യക്കും ചൈനയ്ക്കുമില്ലാത്ത പല സവിശേഷതകളും ഇന്ത്യക്കുണ്ട്. അതെല്ലാം കണക്കിലെടുത്ത് ഇന്ത്യക്ക് സവിശേഷമായ ഒരു വിപ്ലവസമരതന്ത്രം ആവിഷ്കരിക്കുന്ന ചുമതല ഇന്ത്യയിലെ ലെനിനിസ്റ്റുകാർക്കുണ്ട്. അതിനുള്ള ഒരു ശ്രമമാണ് 1951 ൽ അന്ന് ഒന്നായിനിന്നിരുന്ന ഇന്ത്യൻ കമ്യൂണിസ്റ്റുപാർട്ടി അംഗീകരിച്ച നയപ്രഖ്യാപനം. അതിലെ പ്രസക്തഭാഗങ്ങൾ ഈ പ്രബന്ധത്തിനുള്ള ഒരനുബന്ധമായി ചേർത്തിട്ടുണ്ട്.

1952 നു ശേഷം

ഈ നയപ്രഖ്യാപനം 1951 ൽ അംഗീകരിക്കപ്പെട്ടെങ്കിലും അതിന്റെ കാഴ്ചപ്പാടിൽ പ്രവർത്തിക്കാൻ പാർട്ടിക്ക് കഴിഞ്ഞില്ല. 1952 ലെ പൊതുതിരഞ്ഞെടുപ്പിനുശേഷം, കേന്ദ്രപാർലമെന്റിലും ഏതാനും സംസ്ഥാന നിയമസഭകളിലും പാർട്ടി ഒരു പ്രധാനശക്തിയായി രൂപംപ്രാപിച്ചതിനെത്തുടർന്ന് കാർഷികവിപ്ലവത്തിന്റെ പാതയിൽനിന്ന് പാർലമെന്ററിസത്തിന്റെ പാതയിലേക്ക് പാർട്ടി വഴുതിവീഴാൻ തുടങ്ങി. ഈ പ്രവണതയെ ശക്തിപ്പെടുത്തുന്ന ഒരു സംഭവവികാസം സാർവദേശീയകമ്യൂണിസ്റ്റുപ്രസ്ഥാനത്തിലും മറ്റൊന്ന് ഇന്ത്യൻ രാഷ്ട്രീയത്തിലും നടന്നു.

ഒന്നാമത്, 1956 ൽ സോവിയറ്റ് കമ്യൂണിസ്റ്റുപാർട്ടിയുടെ 20–ാം കോൺഗ്രസ് കൂടിയപ്പോൾ 'സർഗാത്മകമാർക്സിസ'ത്തിന്റെപേരിൽ 'സമാധാനപരമായ പരിവർത്തനത്തിനുള്ള സാധ്യത'കളെക്കുറിച്ച് നടത്തിയ പരാമർശങ്ങളാണ് ഇതിലാദ്യത്തേത്.

രണ്ടാമത്, 1957 ൽ രണ്ടാം പൊതുതിരഞ്ഞെടുപ്പ് നടന്നപ്പോൾ കേരളത്തിൽ കമ്യൂണിസ്റ്റുനേതൃത്വത്തിലൊരു കോൺഗ്രസിതര ഗവൺമെന്റ് രൂപംകൊള്ളുകയുണ്ടായി.

ഇതു രണ്ടിന്റെയും ഫലമായി കേരളത്തിന്റെ മാതൃക മറ്റു സംസ്ഥാനങ്ങളും അവസാനം കേന്ദ്രവും അംഗീകരിക്കുമെന്ന ധാരണ സാധാരണജനങ്ങളിൽ മാത്രമല്ല 'ലെനിനിസ്റ്റുകാരു'ടെയിടയിൽപോലും ശക്തിയായി പരന്നു. 1959 ലെ വിമോചനസമരത്തിനും കേന്ദ്രത്തിന്റെ ഇടപെടലിനും ഈ പുതിയ പ്രവണതയെ തടയാൻ കഴിഞ്ഞില്ല. നേരെമറിച്ച്, 1959 ൽ ഉയർന്നുവന്ന ബൂർഷ്വാദേശീയക്കൊടുങ്കാറ്റ്—'അക്രമി ചൈന'യെ തുരത്തി ഓടിക്കുന്നതിന് 'എല്ലാ ദേശസ്നേഹികളും ഒത്തൊരുമിക്കണ'മെന്ന ആഹ്വാനം—'ലെനിനിസ്റ്റു'കാരുടെ അണികളിലും ശക്തിയായി വീശി.

അവസാനം 1967 ലെ നാലാം പൊതുതിരഞ്ഞെടുപ്പിനു തൊട്ടുമുമ്പും അതിനെത്തുടർന്നുമുള്ള കാലഘട്ടത്തിൽ തിരഞ്ഞെടുപ്പിൽക്കൂടി അധികാരസ്ഥാനത്തെത്തുകയെന്ന കാഴ്ചപ്പാട് മുമ്പെന്നത്തെക്കാളും കൂടുതൽ ഊക്കോടെ വളർന്നുവന്നു. ഇതിന്റെയെല്ലാം പശ്ചാത്തലത്തിൽ 1951 ൽ അംഗീകരിക്കപ്പെട്ട നയപ്രഖ്യാപനത്തിന്റെ കാഴ്ചപ്പാട് വിസ്മരിക്കപ്പെട്ടു.

പാർലമെന്റ് രംഗത്തെക്കുറിച്ച് ലെനിനിസ്റ്റു സമരതന്ത്രം

ഇതിന് സമാന്തരമായിത്തന്നെ, ഇതിനുള്ള പ്രത്യക്ഷപ്രതികരണമെന്ന നിലയ്ക്ക് മറ്റൊരു പ്രവണതയും ലെനിനിസ്റ്റണികളിൽ വളർന്നുവന്നു. തൊഴിലാളിവർഗനേതൃത്വത്തിൽ കാർഷികവിപ്ലവം സംഘടിപ്പിക്കുന്നതിനുവേണ്ടിയുള്ള പ്രവർത്തനത്തിൽ ബൂർഷ്വാപാർലമെന്റുകൾക്കകത്തു കടന്നുചെന്ന് ആ രംഗത്തുവെച്ച് വർഗശത്രുവിനെ എതിർക്കുകയും തുറന്നുകാട്ടുകയും ചെയ്യുന്നതിന്റെ ആവശ്യത്തെക്കുറിച്ച് ലെനിൻ ആവിഷ്കരിച്ച മൗലികതത്വങ്ങളെ ആകെ നിഷേധിക്കാനുള്ള പ്രവണതയാണ് ഇവിടെ സൂചിപ്പിക്കുന്നത്. ബൂർഷ്വാപാർലമെന്ററി സ്ഥാപനങ്ങൾ മുഴുക്കെ വർഗശത്രുവിന്റെ ഉപകരണങ്ങളാണെന്നും, അതുകൊണ്ട് അവയ്ക്കുള്ളിലേക്കു കടന്നുചെല്ലുന്നത് വർഗവഞ്ചനയാണെന്നും മറ്റുമുള്ള 'തീവ്രവാദ'സിദ്ധാന്തങ്ങൾ ലെനിനിസ്റ്റുകാരുടെ അണികളിൽ പരക്കാൻ തുടങ്ങി.

കാർഷികവിപ്ലവപ്രസ്ഥാനം സംഘടിപ്പിക്കുന്നതിനുവേണ്ടിയുള്ള പ്രവർത്തനത്തെ സഹായിക്കുകയല്ല, തടയുകയാണ് ഈ തീവ്രവാദപരിപാടി ചെയ്യുകയെന്ന് സാമാന്യബുദ്ധിയുള്ളവർക്ക് മനസ്സിലാക്കാൻ കഴിയും. എന്തുകൊണ്ടെന്നാൽ, ശത്രുവർഗത്തിന്റെ സൃഷ്ടിയായ ബൂർഷ്വാപാർലമെന്ററി സ്ഥാപനങ്ങളെ തൊഴിലാളി—മുതലാളിവർഗങ്ങൾ തമ്മിൽ വെളിയിൽ നടക്കുന്ന സംഘട്ടനങ്ങൾ പ്രതിഫലിപ്പിക്കുകയും മൂർച്ഛിപ്പിക്കുകയും ചെയ്യാനുള്ള ഒരു രംഗമാക്കുന്നതിനു പകരം ആ സ്ഥാപനങ്ങളെയെല്ലാം ശത്രുവർഗത്തിന്റെ കുത്തകയാക്കിവെക്കാനാണ് വിപ്ലവകാരികളുടെ ബഹിഷ്കരണപരിപാടി സഹായിക്കുക.

തൊഴിലാളി—കർഷകവർഗങ്ങളിൽത്തന്നെ ചില വിഭാഗങ്ങൾ ശത്രുവർഗങ്ങളുടെ ആശയപരമായ സ്വാധീനശക്തിക്ക് കീഴ്പ്പെടുന്നതുകൊണ്ടാണല്ലൊ ബൂർഷ്വാപാർട്ടികൾക്ക് തിരഞ്ഞെടുപ്പുകളിൽ ഭൂരിപക്ഷം നേടാനും അങ്ങനെ തങ്ങളുടെ വർഗമേധാവിത്വത്തിന് ജനാധിപത്യത്തിന്റേതായ ഒരാവരണമിടാനും കഴിയുന്നത്. ബൂർഷ്വാ സർവാധിപത്യത്തിന്മേലുള്ള ഈ ജനാധിപത്യമറ നീക്കുകയും അതിന്റെ സ്വാധീനവലയത്തിൽപെട്ട തൊഴിലാളി—കർഷകബഹുജനങ്ങളെ അതിൽ നിന്ന് മോചിപ്പിക്കുകയും ചെയ്യാതെ കാർഷികവിപ്ലവം വിജയിക്കുകയില്ലെന്നു സ്പഷ്ടമാണ്. ഇതു ചെയ്യണമെങ്കിലോ ഫാക്ടറികളിലും വയലുകളിലും മറ്റു ജോലിസ്ഥലങ്ങളിലും വർഗസമരങ്ങൾ സംഘടിപ്പിക്കുന്ന ലെനിനിസ്റ്റുകാർ ബൂർഷ്വാപാർലമെന്റുകൾക്കകത്ത് കടന്നുചെന്ന്, അതിന്റെ വേദിക്കകത്ത് നിന്നുകൊണ്ട്, ശത്രുവർഗങ്ങളെ ഇഞ്ചിഞ്ചായി എതിർക്കുകയും പാർലമെന്ററി സ്ഥാപനങ്ങൾക്കകത്തു വരുന്ന ശത്രുവർഗപ്രതിനിധികളെ തൊലിയുരിച്ചുകാണിക്കുകയും ശത്രുവർഗത്തിന്റെ ഈ കോട്ടയ്ക്കകത്തു വെച്ചുനടത്തുന്ന ഈ ആക്രമണം മുഖേന വെളിയിലുള്ള വർഗസമരത്തിന് ഊക്കു കൂട്ടുകയും ചെയ്യണം.

തൊഴിലാളിവർഗവും ബൂർഷ്വാ പാർലമെന്ററിസ്ഥാപനങ്ങളും തമ്മിലുള്ള ഈ ബന്ധത്തെ സംബന്ധിച്ചേടത്തോളം തെറ്റായ രണ്ടു പ്രവണത

കൾക്കെതിരായി ഒരേ സമയത്ത് പോരാടുന്നത് ലെനിനിസ്റ്റുകാരുടെ കടമയാണ്. ബൂർഷ്വാ പാർലമെന്ററി ജനാധിപത്യം യഥാർഥ ജനാധിപത്യമാണെന്ന ധാരണയോടെ അതുപയോഗിച്ച് മുതലാളിത്തത്തിൽ നിന്ന് സോഷ്യലിസത്തിലേക്കുള്ള പരിവർത്തനം നടത്താമെന്ന കാഴ്ചപ്പാട് വെച്ചു നടത്തുന്ന ബൂർഷ്വാ പാർലമെന്ററിസമാണ് ഇതിലൊന്ന്.

അതിതീക്ഷ്ണമായ വർഗസമരങ്ങളുടെ അവസാന പരിണാമമെന്ന നിലയ്ക്ക് ചൂഷക ചൂഷിതചേരികൾ തമ്മിലുള്ള സായുധസംഘട്ടനവും നിലവിലുള്ള ഭരണകൂടം തകർത്ത് മറ്റൊരു വിപ്ലവഭരണകൂടം പടുത്തുയർത്തലുമെന്ന മൗലിക മാർക്സിസ്റ്റ്-ലെനിനിസ്റ്റു കാഴ്ചപ്പാടിന്റെ നിഷേധമാണിത്. ഇതിനെതിരെയാണ് ലെനിൻ തന്റെ രാഷ്ട്രീയജീവിതകാലത്താകെ പടവെട്ടിയത്. ഒക്ടോബർ വിപ്ലവത്തിനുശേഷം പഴയ സോഷ്യൽ ഡെമോക്രാറ്റിക് ഇന്റർനാഷണലിനു പകരം പുതിയ കമ്യൂണിസ്റ്റ് ഇന്റർനാഷണൽ രൂപംകൊണ്ടപ്പോൾ അതിന്റെ ആദ്യത്തെ സാർവദേശീയ കോൺഗ്രസിൽ ലെനിൻ അവതരിപ്പിച്ച ഒരു പ്രധാന റിപ്പോർട്ട് 'ബൂർഷ്വാ ജനാധിപത്യവും തൊഴിലാളി വർഗസർവാധിപത്യവും' എന്ന വിഷയത്തെക്കുറിച്ചായിരുന്നു. അതിലദ്ദേഹം ഇങ്ങനെ പറഞ്ഞു:

> മുതലാളിത്തത്തിൻകീഴിലുള്ള 'ശുദ്ധജനാധിപത്യം' എന്താണെന്ന് യുദ്ധത്തിനു മുമ്പുതന്നെ 19, 20 നൂറ്റാണ്ടുകളിലെ ചരിത്രം കാണിച്ചുതന്നിരുന്നു. ഈ ജനാധിപത്യം എത്ര വളർച്ച പ്രാപിച്ചതും 'ശുദ്ധ'വുമാണോ അത്ര നഗ്നവും തീക്ഷ്ണവും നിർഭയവുമാണ്; വർഗസമരം, അത്ര ശുദ്ധമാണ്. മുതലാളിത്തമർദനവും ബൂർഷ്വാ സർവാധിപത്യവും എന്ന് മാർക്സിസ്റ്റുകാർ സദാ പറഞ്ഞിട്ടുണ്ട്..... ഏറ്റവുമധികം ജനാധിപത്യപരമായ റിപ്പബ്ലിക്കുകളിൽ നടമാടുന്നത് യഥാർഥ മർദനഭരണവും ബൂർഷ്വാ സർവാധിപത്യവുമാണ്; മൂലധനത്തിന്റെ അധികാരശക്തിയുടെ അടിയിളകുന്നുണ്ടെന്നു തോന്നുമ്പോഴൊക്കെ അത് നഗ്നമായി പ്രത്യക്ഷപ്പെടുകയും ചെയ്യും.

ഈ യാഥാർഥ്യവും ബൂർഷ്വാ ജനാധിപത്യത്തിനുപകരം രൂപമെടുക്കേണ്ട തൊഴിലാളിവർഗസർവാധിപത്യത്തിന്റെ അനിവാര്യതയും ജനങ്ങളുടെയിടയിൽ പ്രചരിപ്പിക്കുന്നത് അന്ന് കമ്യൂണിസ്റ്റ് ഇന്റർനാഷണലിന്റെ ചേരിയിലേക്കു വരാൻ തുടങ്ങിയിരുന്ന പശ്ചിമയൂറോപ്യൻ സഖാക്കളുടെ കടമയാണെന്ന് ലെനിൻ ഊന്നിപ്പറഞ്ഞു.

അയവേറിയ സമീപനം, വിട്ടുവീഴ്ചയില്ലാത്ത തത്വദീക്ഷ

എന്നാൽ ലെനിൻ ഇതു മാത്രമല്ല ചൂണ്ടിക്കാണിച്ചത്. ഇതിനൊരു മറുവശം കൂടിയുള്ളത് *ഇടതുപക്ഷ കമ്യൂണിസം ഒരു ബാലാരിഷ്ടം* എന്ന ഗ്രന്ഥത്തിൽ അദ്ദേഹം ചൂണ്ടിക്കാണിച്ചു. അതിലദ്ദേഹം പെറ്റിബൂർഷ്വാ വിപ്ലവവാദത്തിനെതിരായി താക്കീതുനൽകി; അചഞ്ചലമായി നട

ക്കേണ്ട വർഗസമരത്തിന്റെ ഉപാധികളും സാഹചര്യങ്ങളുമായി പൊരുത്തപ്പെടാൻവയ്യാത്ത ഒരു പ്രവണതയാണിതെന്ന് അദ്ദേഹം ചൂണ്ടിക്കാട്ടി. ഈ പ്രവണതയുടെ സാമൂഹ്യമായ വേരും അതിന് ജന്മംനൽകിയ രാഷ്ട്രീയ പശ്ചാത്തലവും എന്താണെന്നും അദ്ദേഹം വിശദീകരിച്ചു. മുതലാളിത്തത്തിന്റെകീഴിൽ അതിവേഗം തകർന്നു വരുകയും തീക്ഷ്ണമർദനങ്ങൾക്കിരയാവുകയും ചെയ്യുന്ന പെറ്റിബൂർഷ്വാ വിഭാഗങ്ങൾക്ക് തൊഴിലാളിവർഗത്തെപ്പോലെ സ്ഥിരതയോടുകൂടിയും സംഘടിതമായും അച്ചടക്കത്തോടെയും പ്രവർത്തിക്കാൻ കഴിവില്ല. അവർ ചിലപ്പോൾ അങ്ങേയറ്റം മിതവാദപരമായ നിലപാടെടുക്കും. മറ്റുചിലപ്പോൾ മിതവാദിത്വത്തിനുള്ള മറുമരുന്നെന്ന നിലയ്ക്ക് തീവ്രവാദത്തിലേക്കു വഴുതിവീഴും. 'തൊഴിലാളിവർഗപ്രസ്ഥാനത്തിനകത്തു കടന്നുകൂടിയ വലതുപക്ഷമിതവാദത്തിന്റേതായ പാപത്തിനുള്ള ശിക്ഷയായാണ് പലപ്പോഴും അരാജകവാദം പ്രത്യക്ഷപ്പെടുന്നത്' എന്നാണ് അദ്ദേഹത്തിന്റെ നിഗമനം. ഈ ഗ്രന്ഥത്തിന്റെ മൂന്ന് അധ്യായങ്ങളുടെ തലവാചകങ്ങൾതന്നെ അർഥഗർഭമാണ്: പിന്തിരിപ്പൻ നേതൃത്വത്തിലുള്ള ട്രേഡ് യൂണിയനുകളിൽ വിപ്ലവകാരികൾ പ്രവർത്തിക്കണമോ, നാം ബൂർഷ്വാ പാർലമെന്റുകളിൽ പങ്കെടുക്കണമോ, യാതൊരു വിട്ടുവീഴ്ചയുമില്ലെന്നോ എന്നിവയാണീ മൂന്നു തലവാചകങ്ങൾ. പാർലമെന്ററി ജനാധിപത്യത്തിന്റെ ആവരണമിട്ട ബൂർഷ്വാസർവാധിപത്യത്തിനെതിരും തൊഴിലാളിവർഗ സർവാധിപത്യത്തിനനുകൂലവുമായ സമരത്തിൽ വിജയം നേടുകയാണാവശ്യം. അതിന് സാഹചര്യങ്ങളുടെ വൈവിധ്യത്തിനൊത്ത് അയവേറിയ തന്ത്രങ്ങളും അടവുകളും അംഗീകരിക്കണം. അതോടൊപ്പംതന്നെ മൗലികതത്വങ്ങളുടെ കാര്യത്തിൽ വിട്ടുവീഴ്ച ചെയ്കയുമരുത്—ഇതെങ്ങനെ സാധിക്കാമെന്നു നോക്കുന്നതിന്റെ ഉജ്വലമാതൃകയാണ് ഈ മൂന്നധ്യായങ്ങളടക്കം ഈ ഗ്രന്ഥം മുഴുവൻ. അതിൽനിന്ന് ഒരു ഖണ്ഡിക മാത്രം ഇവിടെ എടുത്തുചേർക്കട്ടെ:

> സാർവദേശീയ ബൂർഷ്വാസിയെ അധികാരഭ്രഷ്ടമാക്കാൻ വേണ്ടിയുള്ള ഒരു യുദ്ധം—രണ്ടു രാജ്യങ്ങൾ തമ്മിൽ നടക്കുന്ന യുദ്ധങ്ങളിൽവെച്ച് ഏറ്റവും കഠിനമായതിന്റെ മൂന്നിരട്ടി വിഷമവും ദീർഘവും സങ്കീർണവും ആയ ഒരു യുദ്ധം—നടത്തുക; ഈ യുദ്ധത്തിനിടയ്ക്കുണ്ടാകുന്ന കുതിച്ചുകയറ്റത്തിന്റെ മധ്യത്തിൽ യാതൊരു മാറ്റവും വരുത്തുകയില്ലെന്നോ ശത്രുവിന്റെ അണികളിലുള്ള വൈരുധ്യങ്ങൾ (അവ എത്ര താൽക്കാലികങ്ങളുമായിക്കൊള്ളട്ടെ) ഉപയോഗപ്പെടുത്തുകയില്ലെന്നോ, താൽക്കാലികവും ചഞ്ചലവും ഉറപ്പില്ലാത്തതും സോപാധികവുമായ നിലയിലാണെങ്കിലും സഖ്യശക്തികളെ കിട്ടാൻ ശ്രമിക്കുകയില്ലെന്നോ മുൻകൂട്ടി ഉറപ്പിക്കുക— ഇത് അങ്ങേയറ്റം പരിഹാസ്യമല്ലേ? ഇതേവരെ മനുഷ്യർക്ക് പ്രവേശിക്കാൻ കഴിയാതിരുന്നതും യാതൊരാളും ശരിക്കു കണ്ടിട്ടില്ലാത്തതുമായ ഒരു മല കയറുന്നതിനിടയ്ക്ക് വഴിയിലൊരിടത്തും വെച്ച് അങ്ങോട്ടുമിങ്ങോട്ടും

തിരിഞ്ഞു പോകുകയോ, ഒന്നുരണ്ടടികൾ പിന്നോക്കം വെക്കുകയോ ഒരിക്കൽപോയ വഴിവിട്ടു മറ്റൊരുവഴി പരീക്ഷിക്കുകയോ ചെയ്യുകയില്ലെന്ന് മുൻകൂട്ടി ഉറപ്പിക്കുന്നതുപോലെയല്ലേ ഇത്?

സായുധസമരത്തെപ്പറ്റി

ബൂർഷ്വാ പാർലമെന്റുകളെ ഉപയോഗപ്പെടുത്തുന്ന കാര്യത്തിൽ മാത്രമല്ല, വിജയകരമായ വിപ്ലവത്തിന് അനിവാര്യമായി കണക്കാക്കേണ്ട സായുധസമരത്തിന്റെ കാര്യത്തിലും ലെനിനിസത്തിന് വ്യക്തവും ശാസ്ത്രീയവുമായ ഒരു നിലപാടുണ്ട്. അതെന്താണെന്ന കാര്യത്തിൽ ലെനിനിസ്റ്റുകാരെന്നവകാശപ്പെടുന്നവരുടെ ഇടയിൽ തെറ്റായ രണ്ടു ചിന്താഗതികളുണ്ടെന്ന് ഇവിടെ ചൂണ്ടിക്കാണിക്കേണ്ടിയിരിക്കുന്നു.

'പഴയ സമുദായത്തിന്റെ ഗർഭത്തിൽ വളർന്നുവരുന്ന പുതിയ സമുദായത്തിന്റെ പേറ്റിച്ചിയാണ് ബലപ്രയോഗ'മെന്ന മാർക്സിസ്റ്റ്സിദ്ധാന്തത്തെ നിഷേധിക്കാനുള്ള പ്രവണതയാണ് ഇതിലൊന്ന്. ഈ പ്രവണതയ്ക്കിരയായിട്ടുള്ളവർ 'രാഷ്ട്രീയാധികാരം പുറത്തു വരുന്നത് തോക്കിൻ കുഴലിൽ നിന്നാ'ണെന്ന മൗ സെ ദോങ്ങിന്റെ അഭിപ്രായത്തെ പുച്ഛിച്ചു തള്ളുകയാണ്; വിപ്ലവപ്രസ്ഥാനത്തെ ചോരയിൽ മുക്കിക്കൊല്ലാൻശ്രമിക്കുന്ന ശത്രുവർഗത്തിനെതിരായി ജാഗരൂകരായിരിക്കുകയും ശത്രുവർഗത്തിന്റെ ആക്രമണത്തെ ഫലപ്രദമായി നേരിടുകയും ചെയ്യാൻ അധ്വാനിക്കുന്ന ബഹുജനങ്ങളെ സദാ സഹായിക്കുന്നത് വിപ്ലവകാരികളുടെ കടമയാണെന്ന ലെനിനിസ്റ്റ് സിദ്ധാന്തത്തെ നിഷേധിക്കുകയുമാണവർ ചെയ്യുന്നത്. അതുകൊണ്ടാണ് ഗാന്ധിസത്തിന്റെതടക്കം എല്ലാത്തരത്തിലുമുള്ള അഹിംസാസിദ്ധാന്തങ്ങൾക്കെതിരായി ആശയപരമായ സമരം നടത്തുന്നതിലും തൊഴിലാളി-കർഷകാദി ബഹുജനങ്ങളുടെ സമരങ്ങളെ ചോരയിൽ മുക്കിക്കൊല്ലാൻ ബൂർഷ്വാ-ഫ്യൂഡൽ വർഗങ്ങളും അവരുടെ ഭരണകൂടവും നടത്തുന്ന ശ്രമങ്ങളെ നേരിടുന്നതിലും ഇവർ ശ്രദ്ധിക്കാത്തത്.

എന്നാൽ തീവ്രവാദികളെന്ന് വിളിക്കപ്പെടുന്നവർ ചെയ്യുന്നതുപോലെ സ്ഥലകാലഭേദമൊന്നും നോക്കാതെ എല്ലായിടത്തും എല്ലായ്പ്പോഴും സായുധസമരം സംഘടിപ്പിക്കുകയെന്ന സമീപനം ലെനിനിസത്തിനില്ല. മറ്റെല്ലാ കാര്യങ്ങളിലുമെന്നപോലെ ആയുധപ്രയോഗത്തിന്റെ കാര്യത്തിലും ലെനിനിസത്തിന് സമൂർത്തവും തികച്ചും ശാസ്ത്രീയവുമായ ഒരു സമീപനമാണുള്ളത്. 1906 ൽ മെൻഷെവിക്ക്-ബൊൾഷെവിക്ക് വിഭാഗങ്ങൾ തമ്മിൽ ഐക്യം സ്ഥാപിക്കുന്നതിനുവേണ്ട നയപരമായ അടിസ്ഥാനമെന്നനിലയ്ക്ക് പ്രമേയങ്ങൾ ലെനിൻ തയ്യാറാക്കുകയുണ്ടായി. അതിലൊന്നിന്റെ തലവാചകം 'സായുധകലാപ'മെന്നാണ്. 'ഗറില്ലായുദ്ധനടപടികളംഗീകരിക്കൽ,' 'താൽക്കാലിക വിപ്ലവഗവൺമെന്റും പ്രാദേശികവിപ്ലവഭരണകേന്ദ്രങ്ങളും' എന്നിവയാണ് മറ്റു രണ്ട് പ്രമേയങ്ങളുടെ തലവാചകങ്ങൾ. 1905 ലെ വിപ്ലവത്തെത്തുടർന്നുണ്ടായ സാഹചര്യത്തിൽ സായുധ

സമരത്തിനുള്ള സ്ഥാനം, അതിനുണ്ടായിരിക്കേണ്ട സവിശേഷരൂപങ്ങൾ, അതും മറ്റു രൂപങ്ങളും തമ്മിലുള്ള ബന്ധം മുതലായവയാണ് ഈ പ്രമേയങ്ങളുടെ ഉള്ളടക്കം. മറ്റു സമരരൂപങ്ങളുമായി ബന്ധപ്പെടുത്തി അവയ്ക്കു കീഴ്പ്പെടുത്തിക്കൊണ്ടുതന്നെ സായുധസമരത്തിന്റെ പ്രശ്നങ്ങൾ കൈകാര്യംചെയ്യാനാണ് ലെനിൻ ഇവിടെ തുനിഞ്ഞിട്ടുള്ളത്.

ഇതുകഴിഞ്ഞ് ഏതാനും ദിവസത്തിനുശേഷം ഗറില്ലാസമരമടക്കം വിപ്ലവകാരികൾക്ക് അംഗീകരിക്കാവുന്ന സമരമാർഗങ്ങളെക്കുറിച്ച് മാർക്സിസത്തിനുള്ള പൊതുസമീപനമെന്തെന്നുവ്യക്തമാക്കിക്കൊണ്ട്, അതിന്റെ പശ്ചാത്തലത്തിൽ, റഷ്യയിലന്ന് ഗറില്ലാസമരത്തിനുണ്ടാകേണ്ട സ്ഥാനം വിശദീകരിച്ചുകൊണ്ട് ഒരു ലേഖനംതന്നെ ലെനിൻ എഴുതുകയുണ്ടായി. അതിൽനിന്നുള്ള ചില പ്രസക്തഭാഗങ്ങൾ ഈ പ്രബന്ധത്തിനുള്ള ഒരനുബന്ധമായി കൊടുക്കുന്നുണ്ട്. അത് പരിശോധിച്ചാൽ ഒരു സംഗതി വ്യക്തമാകും. തൊഴിലാളിവർഗനേതൃത്വത്തിലുള്ള വിപ്ലവപ്രസ്ഥാനത്തെ മുന്നോട്ടു നയിക്കുകയും ശക്തിപ്പെടുത്തുകയും ചെയ്യുമോ എന്ന ഒരൊറ്റ മാനദണ്ഡം വെച്ചാണ് ലെനിൻ സമരമാർഗങ്ങൾ പരിശോധിക്കുന്നത്: വിപ്ലവപ്രസ്ഥാനത്തെ ശക്തിപ്പെടുത്തുന്ന ഒരൊറ്റമാർഗവും വർജ്യമായിട്ടില്ല; സ്ഥലകാല സാഹചര്യങ്ങൾക്കനുസരിച്ച് പ്രസ്ഥാനത്തിനു സഹായകരമല്ലാത്ത ഒരൊറ്റ മാർഗവും സ്വീകാര്യവുമല്ല.

ഇന്ത്യൻ കമ്യൂണിസ്റ്റുപാർട്ടിയുടെ 1951 ലെ നയപ്രഖ്യാപനത്തിൽ ചൂണ്ടിക്കാണിച്ചതുപോലെ ആയുധമെടുക്കാമോ, പാടില്ലയോ എന്ന പ്രശ്നമുന്നയിക്കുന്നത് വിപ്ലവത്തിന്റെ ശത്രുക്കളാണ്. അവരുടെ തത്വശാസ്ത്രമാണ് ഗാന്ധിസം. അതിന്റെ തന്നെ മറുവശമാണ് സംഘടിതബഹുജനപ്രസ്ഥാനത്തിൽനിന്ന് അടർത്തിയെടുത്ത് ഒറ്റയ്ക്കുനിൽക്കുന്ന സായുധസമരം. നിരുപാധികമായ അഹിംസയുടെ മറുപുറമാണ് നിരുപാധികമായ ബലപ്രയോഗം. അതുരണ്ടുംചേർന്നുചെയ്യുന്നതോ സംഘടിതബഹുജനപ്രസ്ഥാനത്തെ നിരായുധീകരിക്കലാണുതാനും.

ഇതു രണ്ടിനുമെതിരായി നിരന്തരംപോരാടുകയും രണ്ടിനെയും തോല്പിച്ച് സംഘടിതമായ ബഹുജനപ്രസ്ഥാനത്തിന്റെ കൂട്ടായ ശക്തി വളർത്തി ശത്രുവർഗങ്ങളുമായി അനിവാര്യമായി നടക്കാൻ പോകുന്ന ഏറ്റുമുട്ടലിന് തൊഴിലാളി–കർഷക ബഹുജനങ്ങളെ എല്ലാവിധത്തിലും തയ്യാറാക്കാൻവേണ്ടി പ്രവർത്തിക്കുമെന്ന പ്രതിജ്ഞ ചെയ്യുകയുമാണ് ലെനിൻ ശതാബ്ദിയാഘോഷിക്കുന്ന ഈ സന്ദർഭത്തിൽ ലെനിനിസ്റ്റുകാർക്കുള്ള ചുമതല.

അനുബന്ധം 1

മതവിശ്വാസങ്ങൾകൊണ്ട് നിറഞ്ഞ ഇന്ത്യയിലെ ഗാന്ധിസംപോലുള്ള പ്രവണതകൾ ഏറ്റവും പിന്നോക്കനിലയിലുള്ളതും സാമ്പത്തികമായി ഏറ്റവും പ്രതിലോമപരവുമായ സാമൂഹ്യജീവിതരൂപങ്ങളെ ആദർശവൽക്കരിക്കുകയും, സാമൂഹ്യപ്രശ്നങ്ങൾക്കുള്ള പരിഹാരം പ്രോലിറ്റേറിയൻ സോഷ്യലിസത്തിൽ കാണാതെ ഈ പിന്നോക്ക ജീവിത സമ്പ്രദായങ്ങളിലേക്കുള്ള തിരിച്ചുപോക്കിൽ കണ്ടെത്തുകയും സഹിഷ്ണുത പ്രചരിപ്പിക്കുകയും വർഗസമരത്തെ തള്ളിപ്പറയുകയും, വിപ്ലവത്തിന്റെ വികസനപ്രക്രിയയിൽ ഒരു തുറന്ന പിന്തിരിപ്പൻ ശക്തിയായി രൂപാന്തരപ്പെടുകയും ചെയ്യുന്നു. ഗാന്ധിസം കൂടുതൽക്കൂടുതൽ ജനകീയവിപ്ലവത്തിനെതിരായുള്ള ഒരു പ്രത്യയശാസ്ത്രമായിത്തീരുകയാണ്. കമ്യൂണിസം കൊണ്ട് അതിനെ ശക്തിയായി നേരിട്ടേ മതിയാകൂ.

[കമ്യൂണിസ്റ്റ് ഇന്റർനാഷണലിന്റെ പരിപാടി (1928 ൽ ആറാം കോൺഗ്രസിൽ വെച്ച് സ്വീകരിക്കപ്പെട്ടത്) പീപ്പിൾസ് പബ്ളിഷിങ് ഹൗസ്, ബോംബെ, 1948, പേജ് 62]

അനുബന്ധം 2

ഒന്നാമതായി, ഗാന്ധി ഒരു ആദർശവാദിയായിരുന്നു; ഇത് അദ്ദേഹത്തെ നയിച്ച ലോകവീക്ഷണം തത്വജ്ഞാനപരമായ ഭൗതികവാദത്തിന് എതിരായിരുന്നു എന്ന അർഥത്തിൽ മാത്രമല്ല, പിന്നെയോ ചില ആദർശങ്ങൾ കൺമുമ്പിൽ കാണുകയും അവയിൽ ജീവിതാവസാനം വരെ പറ്റിപ്പിടിക്കുകയും ചെയ്തു എന്ന അർഥത്തിലും കൂടിയാണ്. സത്യം, അക്രമരാഹിത്യം, ജീവിതസുഖങ്ങളുടെ പരിത്യാഗം തുടങ്ങിയ സാന്മാർഗികമൂല്യങ്ങളും; സ്വാതന്ത്ര്യം, ജനാധിപത്യം, സമാധാനം തുടങ്ങിയ രാഷ്ട്രീയാദർശങ്ങളും; ജാതിവ്യത്യാസങ്ങൾ അവസാനിപ്പിക്കുക, സ്ത്രീസ്വാതന്ത്ര്യം, എല്ലാ മതവിഭാഗങ്ങളും സമുദായങ്ങളും തമ്മിൽ ഐക്യം തുടങ്ങിയ സാമൂഹ്യലക്ഷ്യങ്ങളും—എല്ലാം അദ്ദേഹത്തിന്റെ ജീവിതത്തിന്റെയും സിദ്ധാന്തങ്ങളുടെയും അവിഭാജ്യഘടകങ്ങളായിരുന്നു. ചില ആദർശങ്ങളോടുള്ള ഈ മമതയായിരുന്നു തന്റെ പൊതുജീവിതത്തിന്റെ ആദ്യകാലത്ത് തെക്കേ ആഫ്രിക്കയിലെ സത്യഗ്രഹ പ്രസ്ഥാനത്തിൽ ചാടിവീഴുന്നതിന് അദ്ദേഹത്തെ പ്രേരിപ്പിച്ചത്. ഇതുതന്നെയായിരുന്നു രാഷ്ട്രത്തിന് സ്വാതന്ത്ര്യം നേടുന്നതിനുവേണ്ടി നിസ്സഹകരണപരിപാടിയും മറ്റു പ്രക്ഷോഭണ പരിപാടികളും ആവിഷ്കരിക്കുന്നതിന് അദ്ദേഹത്തിനു കഴിവുണ്ടാക്കിയത്; ഇതു തന്നെയായിരുന്നു നിരവധി ജനാധിപത്യപ്രശ്നങ്ങളുടെ മുന്നണിനേതാവെന്നും അവസാനം ദേശീയഐക്യമെന്ന ഉന്നത ലക്ഷ്യത്തിനുവേണ്ടി ബലിയർപ്പിക്കപ്പെട്ട രക്തസാക്ഷിയെന്നും ഉള്ള നിലയിലേക്ക് അദ്ദേഹത്തെ ഉയർത്തിയത്.

രണ്ടാമതായി, നാളിതുവരെ നിദ്രയിലാണ്ടുകിടന്നിരുന്ന ലക്ഷക്കണക്കിന് പാവപ്പെട്ട ഗ്രാമീണജനതയെ ഉണർത്തുന്നതിന് അദ്ദേഹത്തിന്റെ ആദർശവാദം ഒരു വലിയ പങ്കുവഹിച്ചു എന്നതാണ്. അവരോടു സംസാരി

ക്കുന്നതിന് ഗാന്ധിയുപയോഗിച്ച ഏറക്കുറെ മതപരമായ ഭാഷയും, അദ്ദേഹത്തിന്റെ ലളിതവും ആർഭാടരഹിതവുമായ ജീവിതവും അവരുടെ ആവശ്യങ്ങൾക്ക് വേണ്ടി സമരംചെയ്യുന്നതിൽ പ്രദർശിപ്പിച്ച വികാരവായ്പും എല്ലാംകൂടി ലക്ഷക്കണക്കിന് സാധുക്കളായ ഗ്രാമീണർ അദ്ദേഹത്തിന്റെ നേർക്ക് ആകർഷിക്കപ്പെട്ടു. സ്വന്തം രക്ഷിതാവെന്ന നിലയിലും തങ്ങൾ അകപ്പെട്ടിട്ടുള്ള ദയനീയസ്ഥിതിയിൽ നിന്ന് തങ്ങളെ ഉദ്ധരിക്കുന്നതിനെത്തിയ പുതിയ അവതാരമൂർത്തി എന്ന നിലയിലും അവർ അദ്ദേഹത്തെ കാണുകയുണ്ടായി.

സാമൂഹ്യവും സാമ്പത്തികവും സാംസ്കാരികവുമായ പല പ്രശ്നങ്ങളെപ്പറ്റിയും അദ്ദേഹം പുറപ്പെടുവിച്ചിട്ടുള്ള അഭിപ്രായങ്ങൾ 'പിന്തിരിപ്പനാ'ണെന്ന് നാം കരുതിയേക്കാം (സംശയരഹിതമായും അവയിൽ പലതും പിന്തിരിപ്പനാണുതാനും). എന്നാൽ വമ്പിച്ച കർഷകജനവിഭാഗവും ആധുനിക ദേശീയ ജനാധിപത്യ പ്രസ്ഥാനത്തിന്റെ പരിശുദ്ധി നേടിയ പ്രതിനിധികൾ, നേതാക്കന്മാർ എന്നിവരും തമ്മിൽ ബന്ധം സൃഷ്ടിക്കുന്നതിന് അദ്ദേഹത്തെ സഹായിച്ചത് ഈ 'പിന്തിരിപ്പൻ' വീക്ഷണഗതിയായിരുന്നു എന്നുള്ള വസ്തുത വിസ്മരിക്കുന്നത് വലിയ അബദ്ധമായിരിക്കും. ഗ്രാമങ്ങളിലെ ദരിദ്രരായ ബഹുജനങ്ങളെ ആധുനികദേശീയ ജനാധിപത്യപ്രസ്ഥാനത്തിലേക്ക് കൊണ്ടുവരുകയെന്ന അത്യധികം വിപ്ലവകരമായ പ്രതിഭാസം കൈവരുത്തുന്നതിന് ഗാന്ധിക്ക് തന്റെ പിന്തിരിപ്പൻ സാമൂഹ്യവീക്ഷണംകൊണ്ട് സാധിച്ചു എന്ന് ആരെങ്കിലും പറഞ്ഞാൽ അതൊരു വിരോധാഭാസമായിത്തോന്നാനിടയുണ്ട്. നമ്മുടെ രാജ്യത്തെ രാഷ്ട്രീയ ജീവിതത്തിൽ യഥാർഥത്തിലുള്ളതും നാടുവാഴിത്തമായി ബന്ധപ്പെട്ടിട്ടുള്ള ബൂർഷ്വാസിയാണ് നമ്മുടെ ദേശീയ ജനാധിപത്യപ്രസ്ഥാനത്തിന് നേതൃത്വംകൊടുത്തത് എന്നുള്ളതിൽ നിന്ന് ഉളവായിട്ടുള്ളതും ആയ വൈരുധ്യത്തിന്റെ പ്രകടിതഭാവമാണ് ഈ വിരോധാഭാസം.

മൂന്നാമതായി, ദരിദ്രരായ ഗ്രാമീണജനതതിയെ ദേശീയപ്രസ്ഥാനത്തിലേക്ക് കൊണ്ടുവരുന്നതിന് അദ്ദേഹം സജീവമായ ഒരു പങ്കു വഹിച്ചിരുന്നുവെങ്കിലും, ഒന്നാം ലോകമഹായുദ്ധത്തിന് ശേഷം അവരിലുണ്ടായ വമ്പിച്ച ഉണർവ് അദ്ദേഹത്തിന്റെ വ്യക്തിപരമായ നേട്ടമാണെന്നു പറയുന്നത് തെറ്റായിരിക്കും. കാരണം, ഈ ഉണർവ് ഇന്ത്യയിലും ലോകമാസകലവും ഉണ്ടായിക്കൊണ്ടിരുന്ന ചരിത്രപ്രസിദ്ധമായ സംഭവവികാസങ്ങളുടെ ഫലമായിരുന്നു. ഇന്ത്യയിലെ കർഷകരുടെ സാമ്പത്തികസ്ഥിതിയിൽ സാവധാനത്തിലും തുടർച്ചയായും ഉണ്ടായിക്കൊണ്ടിരുന്ന അധഃപതനം ഒന്നാം ലോകമഹായുദ്ധകാലത്തും അതു കഴിഞ്ഞ ഉടനെയും ഭീതിജനകമായ രൂപംകൈക്കൊണ്ടതും; ഇന്ത്യയിലെ ദേശീയപ്രസ്ഥാനത്തിൽ വിപ്ലവമനോഭാവമുള്ള ഒരു ചേരി വളരുകയും അത് ചില പ്രദേശങ്ങളിൽ കർഷകരുമായി ബന്ധപ്പെടുകയും ചെയ്തതും ടർക്കിയിലും ചൈനയിലും സർവോപരി റഷ്യയിലും ഉണ്ടായ വിപ്ലവങ്ങൾ പോലെയുള്ള സാർവദേശീയ സംഭവവികാസങ്ങൾ ഏഷ്യൻ ജനതയുടെ മുഴുവൻ ഹൃദ

യങ്ങളിൽ പ്രത്യാഘാതമുളവാക്കിയതും—എല്ലാ ഇന്ത്യൻ കർഷകരുടെയും ബോധത്തെ സ്വാധീനിക്കാൻ തുടങ്ങിയ ചില അടിസ്ഥാനകാരണങ്ങളായിരുന്നു. ഗാന്ധി രംഗത്ത് വരാതിരുന്നെങ്കിൽപോലും, ഒരു പക്ഷേ, ഇപ്പോഴത്തെ രീതിയിലല്ലെങ്കിലും, ഈ കാരണങ്ങൾ പ്രാവർത്തികമാകുമായിരുന്നു.

ഇങ്ങനെ പറയുന്നതുകൊണ്ട് ഇന്ത്യൻ കൃഷിക്കാരുടെ നവോത്ഥാനത്തിന് ഒരു വ്യക്തമായ സ്വഭാവം നൽകുന്ന കാര്യത്തിലും ഒരു പുതിയ മുന്നേറ്റം സ്വാതന്ത്ര്യത്തിനും ജനാധിപത്യത്തിനും വേണ്ടിയുള്ള രാഷ്ട്രീയ പ്രസ്ഥാനവുമായി കൂട്ടി ഘടിപ്പിക്കപ്പെട്ടു എന്നതിലും വ്യക്തിപരമായി ഗാന്ധിക്കുണ്ടായിരുന്ന പങ്കിനെ നിഷേധിക്കുകയല്ല ചെയ്യുന്നത്. ദരിദ്രരായ ഗ്രാമീണജനതയെ മുന്നോട്ടുനയിച്ച് അതിന്റെ ഫലമായി ദേശീയ ജനാധിപത്യ പ്രസ്ഥാനത്തെ ശക്തിപ്പെടുത്തിയെന്ന കാര്യത്തിൽ ഗാന്ധിയുടെ സംഭാവന നിഷേധിക്കുകയെന്നത് ജനങ്ങളുടെ ഉണർവിന്റെ സർവ ഉത്തരവാദിത്വവും അദ്ദേഹത്തിന്റേതായിരുന്നു എന്നു പറയുന്നതുപോലെതന്നെ ഏകപക്ഷീയമായിരിക്കും.

നാലാമതായി, ദേശീയ ജനാധിപത്യ പ്രസ്ഥാനത്തിന്റെ പ്രധാന ദൗർബല്യങ്ങൾ പരിഹരിക്കുന്ന പ്രവൃത്തിയിൽ ഗാന്ധി വഹിച്ച പങ്കിന് അദ്ദേഹം പ്രശംസ അർഹിക്കുന്ന സമയത്ത്—അതായത് ഇതുവരെ അസംഘടിതരായിരുന്ന ദരിദ്രരായ ഗ്രാമീണജനവിഭാഗങ്ങളെ കൂട്ടംകൂട്ടമായി കൊണ്ടുവന്നതുകൊണ്ട് പ്രസ്ഥാനത്തെ യഥാർഥത്തിൽ ദേശീയവും സർവകക്ഷിസ്വഭാവമുള്ളതും ആക്കിയ അവസരത്തിൽ—ദരിദ്രരായ ഗ്രാമീണർ ഒരു സ്വതന്ത്രശക്തിയെന്നനിലയിൽ പ്രവർത്തിക്കുന്നത് മരണകാലംവരെ അദ്ദേഹം ഭയപ്പെട്ടിരുന്നു എന്നും വിസ്മരിക്കരുത്. സ്വാതന്ത്ര്യത്തിനും ജനാധിപത്യത്തിനുംവേണ്ടിയുള്ള സമരത്തിൽ അവരെ അണിനിരത്തുന്നതിന് അദ്ദേഹം പൂർണമായി ഇഷ്ടപ്പെട്ടിരുന്നെങ്കിലും അവർ തന്റെ വർഗമായ ബൂർഷ്വാസിയുടെ നേതൃത്വത്തിൽ പ്രവർത്തിക്കണമെന്നും അദ്ദേഹത്തിന് നിർബന്ധമുണ്ടായിരുന്നു.

ചൗരിചൗര സംഭവത്തിന് ശേഷം തന്റെ മരണം വരെ സ്വാതന്ത്ര്യത്തിനും ജനാധിപത്യത്തിനും വേണ്ടിയുള്ള സമരത്തിന്റെ ഓരോ ഘട്ടത്തിലും ബൂർഷ്വാസിക്ക് സുരക്ഷിതമെന്ന് തോന്നിയിരുന്ന പരിധികൾക്കുള്ളിൽ ദരിദ്രരായ ഗ്രാമീണരെ ഒതുക്കിനിർത്തുന്നതിനാവശ്യമായ എല്ലാ നടപടിക്രമങ്ങളും അദ്ദേഹം ആസൂത്രണം ചെയ്തു. ഈ യാഥാർഥ്യം തിരിച്ചറിയാൻ സാധിക്കാത്ത ഒരാൾക്ക് എന്തുകൊണ്ടായിരുന്നു സാമ്രാജ്യത്വത്തിനും അതിന്റെ ഏജന്റുമാർക്കും എതിരായുള്ള സമരത്തിൽ ജനങ്ങൾ അക്രമരാഹിത്യം പാലിക്കണമെന്ന് അദ്ദേഹം നിർബന്ധം പിടിച്ചതെന്നും, അതേസമയം ഒന്നാം ലോകമഹായുദ്ധകാലത്ത് ബ്രിട്ടീഷ് സാമ്രാജ്യത്വത്തിന്റെ റിക്രൂട്ടിങ്സാർജന്റായി പ്രവർത്തിക്കുന്നതിന് യാതൊരു മനസ്സാക്ഷിക്കുത്തും അദ്ദേഹത്തിന് തോന്നാതിരുന്നതെന്നും ഉള്ള കാര്യത്തിന് വിശദീകരണം നൽകാൻ കഴിയില്ല.

അഞ്ചാമതായി, ദരിദ്രരായ ഗ്രാമീണജനതയുടെ കാര്യത്തിൽ മാത്രമല്ല തൊഴിലാളിവർഗത്തിന്റെയും തൊഴിലെടുക്കുന്ന ഇതരജനവിഭാഗങ്ങളുടെയും കാര്യത്തിലും അദ്ദേഹത്തിന്റെ സമീപനം പ്രയോഗത്തിൽ ബൂർഷ്വാസിയെ സഹായിക്കുന്ന ഒന്നായിരുന്നു. അദ്ദേഹത്തിന്റെ ട്രസ്റ്റീഷിപ്പ്സിദ്ധാന്തം; ഏതു രാഷ്ട്രീയപ്രവർത്തനത്തിനും മാർഗനിർദേശം ചെയ്യുന്നതിനുള്ള ചില സാന്മാർഗികമൂല്യങ്ങളുടെ കാര്യത്തിൽ നിർബന്ധം പിടിക്കൽ; തന്റെ അനുയായികളുടെ പാർലമെന്ററി പ്രവർത്തനങ്ങളുമായി പാർലമെന്റിനു വെളിയിലുള്ള പ്രവർത്തനങ്ങളെ (നിർമാണപ്രവർത്തനവും സത്യഗ്രഹവും) ബന്ധപ്പെടുത്തിയ വിദഗ്ധരീതി; ശത്രുവിനെതിരായ പ്രത്യക്ഷസമരം നടത്തുന്ന സ്വാഭാവികമായ ഗാന്ധിയൻ മാർഗം— ഇവയെല്ലാം (എ) സാമ്രാജ്യത്തിനെതിരായി ബഹുജനങ്ങളെ സമരത്തിലേക്ക് നയിക്കുകയും (ബി) വിപ്ലവകരമായ ബഹുജനസമരമാർഗം ഉപയോഗിക്കുന്നതിൽനിന്ന് അവരെ തടയുകയും ചെയ്യുന്നതിന് പ്രായോഗികരംഗത്ത് ബൂർഷ്വാസിക്ക് അതിയായ സഹായമായിത്തീർന്നു. ബഹുജനങ്ങളെ സമരത്തിന് തയ്യാറാക്കുകയും അതേ സമയംതന്നെ അവരെ നിയന്ത്രിക്കുകയും ചെയ്യുക, സാമ്രാജ്യവിരുദ്ധ പ്രത്യക്ഷസമരം അഴിച്ചുവിടുകയും അതേ സമയംതന്നെ സാമ്രാജ്യത്വഭരണാധികാരികളുമായി കൂടിയാലോചന നടത്തുകയുംചെയ്യുക എന്നീ പ്രവർത്തനങ്ങളിലുള്ള കഴിവ് അദ്ദേഹത്തെ ബൂർഷ്വാസിയുടെ അനിഷേധ്യനേതാവാക്കിത്തീർത്തു. ആ വർഗത്തിലുള്ള എല്ലാ കക്ഷികൾക്കും ഗ്രൂപ്പുകൾക്കും വിശ്വാസമുണ്ടായിരുന്ന ഒരു നേതാവായിരുന്നതിനാൽ ആ വർഗത്തെ മുഴുവനും യോജിപ്പിക്കുന്നതിനും പ്രവർത്തനരംഗത്തിറക്കുന്നതിനും അദ്ദേഹത്തിന് സാധിച്ചു.

അവസാനമായി, ബൂർഷ്വാസിയുടെ മുന്നണിനേതാവെന്നതായിരുന്നു ചരിത്രത്തിൽ ഗാന്ധിയുടെ സ്ഥാനം എന്നതുകൊണ്ട് എല്ലായ്പോഴും എല്ലാ കാര്യത്തിലും അദ്ദേഹം ബൂഷ്വാസിയുമായി സാത്മ്യം പ്രാപിച്ചിരുന്നുവെന്ന് അർഥമാക്കാൻ പാടില്ല. നേരെമറിച്ച് അദ്ദേഹത്തിന്റെ സ്വാഭാവികമായ പ്രത്യേകതകൊണ്ടും എതൊരുവർഗത്തിന്റെ സുഹൃത്തും താത്വികനേതാവും മാർഗദർശകനും ആയിരുന്നുവോ അദ്ദേഹം ആ വർഗത്തിന്റെ പ്രത്യേക സ്വഭാവവിശേഷതയാലും, പല സന്ദർഭങ്ങളിലും പല പ്രശ്നത്തിലും അദ്ദേഹത്തിന്റെ ശബ്ദം ന്യൂനപക്ഷത്തിന്റെതോ അല്ലെങ്കിൽ ഏകമോ ആയിരുന്നു. അങ്ങനെയുള്ള എല്ലാ സന്ദർഭത്തിലും വ്യത്യസ്തമാർഗത്തിലൂടെ താൽക്കാലികമായി തങ്ങൾക്ക് പോകാം എന്ന ഒത്തുതീർപ്പ് അദ്ദേഹവും അവരും തമ്മിൽ ഉണ്ടായി. വീണ്ടും വീണ്ടും പ്രകടമാക്കപ്പെട്ട ഒരു പ്രതിഭാസമായിരുന്നു ഇത്. ആദ്യം നിസ്സഹകരണ പ്രസ്ഥാനത്തിന് ശേഷമുള്ള വർഷങ്ങളിലും, (സ്വരാജിസ്റ്റുകളും മറ്റ് വിരോധികളും തമ്മിൽ പ്രവൃത്തിവിഭജനം ഉണ്ടായപ്പോൾ) പിന്നീട് 1932-33 ലെ നിയമനിഷേധപ്രസ്ഥാനത്തിനുശേഷമുള്ള മൂന്നുവർഷങ്ങളിലും, അതിനുശേഷം രണ്ടാം ലോകമഹായുദ്ധത്തിന്റെ കാലത്ത് പല അവസരങ്ങ

ളിലും, അവസാനമായി സ്വാതന്ത്ര്യലബ്ധിക്ക് തൊട്ടുമുമ്പും അതിനുശേഷമുള്ള മാസങ്ങളിലും ഇങ്ങനെ സംഭവിച്ചിട്ടുണ്ട്. പ്രത്യേകിച്ചും ഗാന്ധിയുടെ ജീവിതത്തിന്റെ അവസാനകാലങ്ങളിൽ അദ്ദേഹത്തിന്റെ ആദർശവാദവും ഉരുക്കുമനഃസ്ഥിതിക്കാരനായ സർദാർ പട്ടേലിന്റെ ഇരുമ്പുപോലത്തെ പ്രായോഗികവാദവും തമ്മിൽ സംഘട്ടനം ഉണ്ടായപ്പോഴും അതുപോലെതന്നെ ആമൂലവിപ്ലവ ബുദ്ധിജീവിയായ പണ്ഡിറ്റ് നെഹ്റുവിന്റെയും നിരവധി വർഷക്കാലം ഗാന്ധിയുടെ അനുയായികളും സഹപ്രവർത്തകരുമായിരുന്ന മറ്റു പലരുടേയും ആധുനികവാദവും തമ്മിൽ സംഘട്ടനമുണ്ടായപ്പോഴും മേൽപറഞ്ഞവിധം സംഭവിച്ചിട്ടുണ്ട്. സ്വാതന്ത്ര്യത്തിനുശേഷമുള്ള മാസങ്ങളിൽ—അതായത് ആ ജീവിതം ദുഃഖപര്യവസായിയായ അന്ത്യത്തിലെത്തുന്നതിന് മുമ്പ്—ഗാന്ധിയുടെ ജീവിതത്തെ ദുഃഖപൂരിതമാക്കിയത് അദ്ദേഹവും സഹപ്രവർത്തകരും തമ്മിൽ വളർന്നുകൊണ്ടിരുന്ന ഈ വിടവായിരുന്നു.

(ഇ എം എസ് നമ്പൂതിരിപ്പാട്- *ഗാന്ധിയും ഗാന്ധിസവും* പേജ് 221– 227)

അനുബന്ധം 3

ഇന്ത്യൻ കമ്യൂണിസ്റ്റുപാർട്ടി (മാർക്സിസ്റ്റ്)*പാർട്ടി പരിപാടിയിൽ* നിന്നുള്ള പ്രസക്തഭാഗം

98. ഭരണകൂടത്തിൽ നേതൃസ്ഥാനത്തിരിക്കുന്ന വൻകിട ബൂർഷ്വാസിയെയും അവരുടെ രാഷ്ട്രീയപ്രതിനിധികളെയും ഉറച്ചു നിന്ന് എതിർത്തും അവർക്കെതിരായി സമരം ചെയ്തുമല്ലാതെ, ഇന്നത്തെ പരിതഃസ്ഥിതിയിൽ വിപ്ലവത്തിന്റെ ഈ മൗലികകടമകൾ നിർവഹിക്കാൻ സാധ്യമല്ല. മൗലികവും യഥാർഥവുമായ കാർഷികപരിഷ്കാരങ്ങൾ നടപ്പാക്കുന്നതിനെ അവർ തടയുകയും എതിർക്കുകയും ചെയ്യുന്നു. അവർ നാടുവാഴി–അർധ നാടുവഴി ജന്മിത്വത്തെ പരിഷ്കരിക്കാൻ ഇറങ്ങിപ്പുറപ്പെട്ടിരിക്കുകയാണ്. സ്വന്തം വർഗാധിപത്യത്തിന് പിന്തുണ കിട്ടത്തക്ക തരത്തിൽ അവരുമായി സഖ്യത്തിലേർപ്പെടുകയെന്ന സങ്കുചിതവർഗതാൽപര്യമാണ് ഇതിന് പിന്നിലുള്ളത്. വിദേശ കുത്തകമൂലധനത്തെ സംരക്ഷിക്കാനും, അതിന്റെ തടസ്സമറ്റ നുഴഞ്ഞുകയറ്റത്തിന് സൗകര്യംനൽകാനും അവർ തങ്ങളുടെ ഭരണാധികാരം ഉപയോഗിക്കുകയാണ്. കൂടാതെ, വിദേശക്കുത്തകകളുമായി സന്ധിയും സഹകരണവും ഇന്ത്യൻ വൻകിട ജന്മിത്വവുമായി കൂട്ടുചേരലുമെന്ന തങ്ങളുടെ നയത്തോടൊപ്പം അവർ മുതലാളിത്തവികസനമാർഗം ശക്തിയായി പിന്തുടരുന്നുമുണ്ട്. ഈ നയം നമ്മുടെ നാട്ടിൽ കുത്തകമുതലാളിത്തത്തിന്റെ വളർച്ചയ്ക്ക് വലിയ സൗകര്യം നൽകുന്നുണ്ട്. അതുകൊണ്ട് ജനകീയ ജനാധിപത്യവിപ്ലവം നാടുവാഴിജന്മിത്വത്തിനും വിദേശ കുത്തക മുതലാളിത്തത്തിനും എതിരായി മാത്രമല്ല, സന്ധിയില്ലാത്ത തരത്തിൽ നിലകൊള്ളുന്നത്. പിന്നെയോ, വിദേശ കുത്തകമുതലാളിത്തവുമായി സഹകരിക്കുകയും സന്ധി ചെയ്യുകയും ഇവിടത്തെ വൻകിട ജന്മിത്വവുമായി കൂട്ടുചേരുകയും ചെയ്യുന്നതും ഭരണനേതൃത്വം വഹിക്കുന്നതുമായ വൻകിട ബൂർഷ്വാസിക്കും അത് എതിരാണ്.

99. സ്വാഭാവികമായും ഈ പരിത:സ്ഥിതിയിൽ ഇന്ത്യയിലെ വൻകിട ബൂർഷ്വാസിയുടെ ഭരണാധികാരവുമായി ജനകീയജനാധിപത്യ വിപ്ലവത്തിന് ഏറ്റുമുട്ടേണ്ടി വരും. വസ്തുതയിതായതുകൊണ്ട് വിപ്ലവം നടത്താൻവേണ്ടി രൂപീകരിക്കുന്ന ജനകീയ ജനാധിപത്യമുന്നണി പഴയകാലത്തെമാതിരി പൊതുദേശീയ ഐക്യമുന്നണിയായിരിക്കുകയില്ല. പഴയ കാലത്ത്, നമ്മുടെ ദേശീയവിമോചനസമരത്തിന്റെ ആദ്യഘട്ടത്തിൽ വിപ്ലവത്തിന്റെ കുന്തമുന ബ്രിട്ടീഷ് സാമ്രാജ്യത്വത്തിന്റെ വിദേശവാഴ്ചക്കെതിരായിരുന്നു തിരിക്കപ്പെട്ടിരുന്നത്. വിപ്ലവത്തിന്റെ ജനാധിപത്യ-കാർഷിക ഘട്ടവും വളർച്ചയുടെ ഈ ഘട്ടത്തിൽ കാണപ്പെടുന്ന വർഗശക്തികളുടെ പുതിയ പരസ്പരബന്ധവും നാം ഉണ്ടാക്കാൻ പോകുന്ന ജനാധിപത്യമുന്നണിക്ക് ഒരു പുതിയ ഉള്ളടക്കം ആവശ്യമാക്കിത്തീർത്തിരിക്കുന്നു.

100. ഇന്ത്യയിലെ തൊഴിലാളിവർഗത്തിന്റെയും അതിന്റെ രാഷ്ട്രീയപ്പാർട്ടിയായ ഇന്ത്യൻ കമ്യൂണിസ്റ്റുപാർട്ടിയുടെയും നേതൃത്വത്തിലല്ലാതെ ജനകീയജനാധിപത്യ മുന്നണി വിജയപൂർവം കെട്ടിപ്പടുക്കാനോ വിപ്ലവത്തിന് വിജയം കൈവരിക്കാനോ സാധ്യമല്ല. ചരിത്രപരമായി നോക്കുമ്പോൾ ഇന്നത്തെ സമുദായത്തിൽ തൊഴിലാളിവർഗത്തിനല്ലാതെ മറ്റൊരു വർഗത്തിനും ഈ പങ്ക് നിർവഹിക്കാൻ കഴിയില്ല. നമ്മുടെ കാലഘട്ടത്തിലെ മുഴുവൻ അനുഭവങ്ങളും ഈ സത്യത്തെ പൂർണമായും വെളിവാക്കുന്നവയാണ്.

101. ജനകീയ ജനാധിപത്യമുന്നണിയുടെ കാതലും അടിത്തറയും ഉറച്ച തൊഴിലാളി-കർഷക വർഗഐക്യമാണ്. ഈ ഐക്യമാണ് ദേശീയ സ്വാതന്ത്ര്യം സംരക്ഷിക്കാനും ദൂരവ്യാപകങ്ങളായ ജനാധിപത്യപരിവർത്തനങ്ങൾ നടപ്പാക്കാനും സമഗ്രമായ സാമൂഹ്യപുരോഗതി ഉറപ്പുവരുത്താനുമുള്ള ഏറ്റവും പ്രധാനപ്പെട്ട ശക്തി. ദേശീയബൂർഷ്വാസിയിലെ വിവിധവിഭാഗങ്ങൾ നാടുവാഴിവിരുദ്ധ-സാമ്രാജ്യവിരുദ്ധകടമകൾ നിർവഹിക്കുന്ന കാര്യത്തിൽ എത്രത്തോളം പങ്കെടുക്കുമെന്നത് മുഖ്യമായും തൊഴിലാളി-കർഷക ഐക്യത്തിന്റെ കരുത്തിനെയും ഉറപ്പിനെയും ആശ്രയിച്ചാണ് നിലകൊള്ളുന്നതെന്നതും ശ്രദ്ധേയമാണ്. ചുരുക്കത്തിൽ, വിപ്ലവത്തെ വിജയത്തിലേക്ക് നയിക്കാനുള്ള വിപുലമായ ജനകീയ ജനാധിപത്യമുന്നണി കെട്ടിപ്പടുക്കുന്നതിലുണ്ടാവുന്ന വിജയമോ പരാജയമോ അചഞ്ചലമായ തൊഴിലാളി-കർഷകസഖ്യം ഊട്ടിയുണ്ടാക്കുന്നതിനെ ആശ്രയിച്ചിരിക്കുന്നു.

102. നമ്മുടെ കർഷകവർഗം ഏകസ്വഭാവത്തോടുകൂടിയ ഒരു ജനസമൂഹമല്ലെന്നും, മുതലാളിത്തം കടന്നുകയറിയതിന്റെ ഫലമായി അവരുടെയിടയ്ക്കു വ്യക്തമായ ചേരിതിരിവ് ഉണ്ടായിട്ടുണ്ടെന്നും ഏവർക്കും അറിവുള്ള സംഗതിയാണ്. കർഷകവർഗത്തിലെ വിഭിന്നവിഭാഗങ്ങൾ വിപ്ലവത്തിൽ വ്യത്യസ്തപങ്കാണ് നിർവഹിക്കുന്നത്. ഗ്രാമീണകുടുംബങ്ങളിൽ എഴുപതു ശതമാനം വരുന്നവരും ജന്മിമാരുടെ നിർദയചൂഷണത്തിന് വിധേയരുമായ കാർഷികത്തൊഴിലാളികളും ദരിദ്രകൃഷിക്കാരും ആധുനികസമുദായത്തിൽ അവരുടെ വർഗനിലകൊണ്ടുതന്നെ തൊഴി

ലാളിവർഗത്തിന്റെ അടിസ്ഥാനബന്ധുക്കളായിരിക്കും. ഇടത്തരം കൃഷിക്കാരും ഹുണ്ടികമൂലധനത്തിന്റെയും നാട്ടിൻപുറത്തെ നാടുവാഴി-മുതലാളി സ്വഭാവങ്ങളുള്ള ജന്മിമാരുടെയും മുതലാളിത്തകമ്പോളത്തിന്റെയും കൊള്ളയ്ക്ക് ഇരയായിട്ടുള്ളവരാണ്. അതുകൊണ്ട് ജനാധിപത്യ മുന്നണിയിലെ വിശ്വസ്തമിത്രങ്ങളാകത്തക്കതരത്തിൽ ഗ്രാമജീവിതത്തിലെ ജന്മിമേധാവിത്വം അവരുടെ സാമൂഹ്യനിലയെ ബാധിക്കുന്നുണ്ട്.

103. കർഷകവർഗത്തിലെ സ്വാധീനശക്തിയുള്ള മറ്റൊരുവിഭാഗമാണ് ധനികകൃഷിക്കാർ, കോൺഗ്രസിന്റെ കാർഷികപരിഷ്കരണങ്ങൾ അവരിൽ ചില വിഭാഗങ്ങൾക്ക് നിശ്ചയമായും ഗുണകരമായിട്ടുണ്ട്. സ്വാതന്ത്ര്യത്തിനുശേഷമുള്ള പുതിയ ഭരണംമൂലം അവർക്ക് കുറെയെല്ലാം നേട്ടങ്ങളുണ്ടായിട്ടുണ്ട്. ഇവർ മുതലാളി-ജന്മിമാരുടെ അണികളിലേക്ക് ചേരാനാഗ്രഹിക്കുന്നവരാണ്. തങ്ങളുടെ കൃഷിസ്ഥലങ്ങളിൽ കാർഷികത്തൊഴിലാളികളെ കൂലിക്ക് ഏർപ്പെടുത്താനിടയാവുന്നതിൽനിന്ന് അവർക്ക് കാർഷികത്തൊഴിലാളികളോട് ശത്രുതയുണ്ടായിട്ടുണ്ട്. എന്നിരുന്നാലും ഭാരിച്ച നികുതികൾ, വ്യാവസായികസാമഗ്രികളുടെ ഉയർന്ന വില, നാണയപ്പെരുപ്പം എന്നിവ ഭാവി അനിശ്ചിതമാക്കത്തക്ക തരത്തിൽ അവരെ അലട്ടുന്നുണ്ട്. ഇന്ത്യാക്കാരും അല്ലാത്തവരുമായ കുത്തകക്കച്ചവടക്കാരുടെ പിടിയിലമർന്ന കമ്പോളങ്ങളിലെ കൊള്ളയ്ക്ക് വിധേയരായ അവർ പലപ്പോഴും ബൂർഷ്വാ-ജന്മി ഗവൺമെന്റ് തുടരുന്ന മർദനനയങ്ങളെ എതിർക്കാനിടവരുന്നുമുണ്ട്. അതുകൊണ്ട് ഒരളവുവരെ അവരെയും ജനാധിപത്യമുന്നണിയിലേക്ക് കൊണ്ടുവരാനും ജനകീയജനാധിപത്യ വിപ്ലവത്തിലെ കൂട്ടാളികളാക്കി നിലനിർത്താനും കഴിയും.

104. വിദേശകുത്തക മുതലാളിത്തവുമായി സന്ധിചെയ്തും ജന്മിത്വവുമായി കൂട്ടുചേർന്നും മുതലാളിത്തവികസനമാർഗം പിന്തുടരുന്ന മുതലാളി-ജന്മിഭരണത്തിൻകീഴിൽ വളരെ ദുരിതമനുഭവിക്കുന്നവരാണ് തുച്ഛമായ വരുമാനവും തീരെ അപര്യാപ്തമായ ശമ്പളവും കിട്ടുന്ന നഗരവാസികളും അല്ലാത്തവരുമായ ഇടത്തരക്കാർ. ഭക്ഷ്യസാധനങ്ങളുടെയും തുണിയുടെയും മറ്റു നിത്യോപയോഗവസ്തുക്കളുടെയും കാര്യത്തിൽ അനുദിനം ഉണ്ടായിക്കൊണ്ടിരിക്കുന്ന വിലക്കയറ്റം, കൊടുക്കേണ്ടിവരുന്ന വലിയ വീട്ടുവാടക, കുട്ടികളുടെ വിദ്യാഭ്യാസത്തിനുവേണ്ടി വരുന്ന വർധിച്ച ചെലവ്, വർധമാനമായിക്കൊണ്ടിരിക്കുന്ന പ്രത്യക്ഷവും പരോക്ഷവുമായ ഗവൺമെന്റ് നികുതികളുടെ സമ്മർദം എന്നിവയെല്ലാം അവരെ വല്ലാതെ അലട്ടുന്നുണ്ട്. അവരെ നിരന്തരം ഭീഷണിപ്പെടുത്തുന്ന മറ്റൊരു ഒഴിയാബാധയാണ് തൊഴിലില്ലായ്മ. ഈ വർഗത്തിന് ജനാധിപത്യമുന്നണിയിലെ പങ്കാളികളാകാൻ കഴിയും. അവരെ വിപ്ലവത്തിലേക്ക് കൊണ്ടുവരാൻവേണ്ട എല്ലാ പരിശ്രമവും നടത്തേണ്ടതായിട്ടുണ്ട്.

[ഇന്ത്യൻ കമ്യൂണിസ്റ്റ് പാർട്ടി (മാർക്സിസ്റ്റ്) *പാർട്ടി പരിപാടി* (*ദേശാഭിമാനി* പ്രസിദ്ധീകരണം) പേജ് 92-97]

[1964 ഒക്ടോബർ 31 മുതൽ നവംബർ 7 വരെ കൽക്കത്തയിൽവെച്ച് ചേർന്ന ഏഴാം കോൺഗ്രസ് അംഗീകരിച്ചത്]

അനുബന്ധം 4

'ദേശീയജനാധിപത്യവും മുതലാളിത്തേതരമാർഗവും എന്ന സിദ്ധാന്തം' [1968 ഏപ്രിൽ 6-12 തീയതികളിൽ ബർദ്വാനിൽ ചേർന്ന കേന്ദ്രകമ്മിറ്റി പ്ലീനം അംഗീകരിച്ച രേഖയിൽ നിന്ന്]

സോഷ്യലിസ്റ്റ് വിപ്ലവത്തിലേക്കുള്ള പുതിയ പരിവർത്തനരൂപമെന്ന നിലയിൽ ആധുനിക റിവിഷനിസ്റ്റുകാർ വാദിക്കുകയും നടപ്പിലാക്കുകയും ചെയ്യുന്നതും മുതലാളിത്തേതരമാർഗവും ദേശീയജനാധിപത്യവും എന്നു വിളിക്കപ്പെടുന്നതുമായ സിദ്ധാന്തവും മേൽപറഞ്ഞതുപോലെ തന്നെ തികച്ചും റിവിഷനിസ്റ്റും വലതുപക്ഷ അവസരവാദപരവുമത്രെ. തൊഴിലാളിവർഗനേതൃത്വമെന്ന തത്വത്തെ നിഷേധിക്കുകയും സോഷ്യലിസ്റ്റുപരിവർത്തനം സാധിക്കാൻ ബൂർഷ്വാസിയുമായി ചേർന്നുകൊണ്ടുള്ള കൂട്ടുനേതൃത്വത്തിനുവേണ്ടി വാദിക്കുന്നതുമായ സിദ്ധാന്തമാണത്.

മുതലാളിത്തബന്ധങ്ങളുടെ ഘട്ടത്തെ മറികടന്ന് സോഷ്യലിസത്തിലെത്തിച്ചേരാൻ പിൻനിലരാജ്യങ്ങൾക്കും പുതിയ സാധ്യതകൾ ഉയർന്നുവന്നിരിക്കുന്നു എന്ന ലെനിനിസ്റ്റ് ധാരണയെ ഈ റിവിഷനിസ്റ്റു സിദ്ധാന്തം വികൃതമാക്കുന്നു.

ഒന്നാം ലോകമഹായുദ്ധത്തിനും ഒക്ടോബർ സോഷ്യലിസ്റ്റു വിപ്ലവത്തിനും ശേഷം സ്വാതന്ത്ര്യംപ്രാപിക്കുന്ന പിന്നോക്കരാഷ്ട്രങ്ങൾക്ക് സോഷ്യലിസത്തിലേക്ക് പുരോഗമിക്കുന്നതിനിടയിൽ മുതലാളിത്തവികസനഘട്ടം അനിവാര്യമാണോ എന്ന പ്രശ്നം വാസ്തവം പറഞ്ഞാൽ 1920 മധ്യത്തിൽ നടന്ന മൂന്നാം ഇന്റർനാഷണൽ രണ്ടാംകോൺഗ്രസിൽ തന്നെ സഗൗരവം ചർച്ച ചെയ്യുകയുണ്ടായി. ലെനിൻ ഈ ചോദ്യത്തിന് മറുപടി പറയുകയും ഇതേക്കുറിച്ച് അദ്ദേഹത്തിന്റെ തീസിസ് രണ്ടാം

കോൺഗ്രസ് അംഗീകരിക്കുകയും ചെയ്തു. ആ തീസിസിൽ ലെനിൻ ഇങ്ങനെ വാദിക്കുന്നു:

> മുന്നോക്കരാഷ്ട്രങ്ങളിലെ തൊഴിലാളിവർഗത്തിന് പിന്നോക്കരാഷ്ട്രങ്ങളിലെ അധ്വാനിക്കുന്ന ബഹുജനങ്ങളെ സഹായിക്കാൻ കഴിയും; അവർ സഹായിക്കുകയും വേണം. സോവിയറ്റ് റിപ്പബ്ലിക്കുകളിലെ വിജയശ്രീലാളിതരായ തൊഴിലാളികൾക്ക് ഈ ബഹുജനങ്ങളെ സഹായിക്കാനുള്ള കഴിവുണ്ടാവുകയും അവർ സഹായം നൽകുകയും ചെയ്യുന്നപക്ഷം പിന്നോക്കരാഷ്ട്രങ്ങൾക്ക് ഇന്നത്തെ സ്ഥിതിയിൽനിന്നും രക്ഷപ്പെട്ട് വികസിക്കാൻ കഴിയും.

'വിജയശ്രീലാളിതരും വിപ്ലവകാരികളുമായ തൊഴിലാളികൾ അവരുടെ (അതായത് പിന്നോക്കരാജ്യങ്ങളിലെ ബഹുജനങ്ങളുടെ—കേന്ദ്രക്കമ്മിറ്റി) ഇടയിൽ ചിട്ടയായി പ്രചരണംനടത്തുകയും അതേസമയം സോവിയറ്റ് ഗവൺമെന്റ് തങ്ങളുടെ എല്ലാ കഴിവുകളുമുപയോഗിച്ച് അവർക്ക് സഹായംനൽകുകയും ചെയ്താൽ' സോഷ്യലിസം നേടുന്നതിനുമുമ്പുള്ള മുതലാളിത്തവികസനകാലഘട്ടം ഒഴിവാക്കാൻ പിന്നോക്കരാഷ്ട്രങ്ങൾക്ക് കഴിയുമെന്ന് ലെനിൻ ചൂണ്ടിക്കാട്ടുന്നു. അദ്ദേഹം തീസിസ് ഇങ്ങനെ ഉപസംഹരിക്കുന്നു:

> മുതലാളിത്ത ഘട്ടത്തിലൂടെ കടന്നുപോകാതെതന്നെ സോവിയറ്റ് വ്യവസ്ഥയിലേക്ക് അതായത് വ്യക്തമായ വികസനഘട്ടങ്ങളിലൂടെ കമ്യൂണിസത്തിലേക്ക് പുരോഗമിക്കുവാൻ മുന്നോക്കരാഷ്ട്രങ്ങളിലെ തൊഴിലാളിവർഗത്തിന്റെ സഹായത്തോടെ പിന്നോക്കരാഷ്ട്രങ്ങൾക്ക് കഴിയും എന്ന നിർദേശം മുന്നോട്ടുവെക്കാനും താത്വികമായി തെളിവുസഹിതം സ്ഥാപിക്കാനും കമ്യൂണിസ്റ്റ് ഇന്റർനാഷണൽ ശ്രമിക്കണം (ലെനിൻ ദേശീയവും കൊളോണിയലും ആയ പ്രശ്നത്തെപ്പറ്റി പഠിക്കാൻ നിയോഗിച്ച കമ്മിഷന്റെ റിപ്പോർട്ട്).

'മുതലാളിത്തേതര'മെന്ന് വിശേഷിപ്പിക്കപ്പെട്ട മാർഗം പുതിയതായി സ്വാതന്ത്ര്യം നേടിയ മിക്കവാറും എല്ലാ രാജ്യങ്ങൾക്കും തുറന്നുവെച്ചിരിക്കുന്നു എന്നു വ്യാഖ്യാനിക്കാൻ ശ്രമിക്കുന്ന ആധുനിക റിവിഷനിസ്റ്റുകാർ കമ്യൂണിസ്റ്റ് ഇന്റർനാഷണലിന്റെ തീസിസ് വികൃതമാക്കി വളച്ചൊടിക്കുകയാണ് ചെയ്യുന്നത്. ഈ രാജ്യങ്ങളിലെ അധ്വാനിക്കുന്ന ബഹുജനങ്ങൾക്ക് സഹായം നൽകുന്നതിനുപകരം ഈ രാജ്യങ്ങളിലെ മുതലാളിമാർക്ക് മുതലാളിത്തം വികസിപ്പിക്കാൻ നൽകുന്ന സഹായം മുതലാളിത്തേതരമാർഗത്തിനു സോവിയറ്റുയൂണിയൻ നൽകുന്ന സഹായമായി ചിത്രീകരിക്കപ്പെടുന്നു. തൊഴിലാളിവർഗനേതൃത്വത്തിന്റെ ആവശ്യകത ഊന്നിപ്രസ്താവിക്കുന്നതിനുപകരം ആ തത്വത്തിൽ വെള്ളംചേർത്ത്

മുതലാളിമാരും തൊഴിലാളികളും കൂട്ടായി നേതൃത്വം വഹിക്കണമെന്ന അവസരവാദപരമായ ധാരണയ്ക്കുവേണ്ടി റിവിഷനിസ്റ്റുകാർ വാദിക്കുന്നു. ചിലപ്പോഴത് മുതലാളിമാരുടെ മാത്രം നേതൃത്വമായി ചുരുക്കുകയും ചെയ്യുന്നുണ്ട്. ചുരുക്കിപ്പറഞ്ഞാൽ, മുതലാളിത്തത്തിൽനിന്ന് സോഷ്യലിസത്തിലേക്കുള്ള പരിവർത്തനത്തിൽ തൊഴിലാളിവർഗസർവാധിപത്യത്തിന്റെ ആവശ്യകത അവർ ഉപേക്ഷിക്കാൻ ശ്രമിക്കുന്നു.

നമ്മുടെ രാജ്യത്തിൽ ഈ റിവിഷനിസ്റ്റുസിദ്ധാന്തം തികച്ചും അപ്രായോഗികമാണെന്ന നിലയിൽ നമ്മുടെ *പാർട്ടിപരിപാടി* വ്യക്തമായി നിരസിച്ചിരിക്കുന്നു. ഒരു ശതാബ്ദംമുമ്പ് ഈ കുപ്രസിദ്ധമായ സിദ്ധാന്തം ആവിഷ്കരിച്ചതിനുശേഷമുള്ള ലോകവ്യാപകമായ അനുഭവത്തിന്റെ വെളിച്ചത്തിൽ വർഗസഹകരണത്തിന്റേതും കടുത്ത വലതുപക്ഷ അവസരവാദത്തിന്റേതുമായ ഈ സിദ്ധാന്തത്തെ ആകെ മടികൂടാതെ തള്ളിക്കളയേണ്ടിയിരിക്കുന്നു.

ഇന്ത്യൻ കമ്യൂണിസ്റ്റുപാർട്ടി (മാർക്സിസ്റ്റ്) പ്രത്യയശാസ്ത്രപ്രമേയം (*ദേശാഭിമാനി* പ്രസിദ്ധീകരണം) പേജ് 52-54.

അനുബന്ധം 5

ഇന്ത്യൻ കമ്യൂണിസ്റ്റുപാർട്ടി (മാർക്സിസ്റ്റ്)

1951 ലെ നയപ്രഖ്യാപനത്തിൽ നിന്നുള്ള പ്രസക്ത ഭാഗങ്ങൾ

വളരെ മാസങ്ങളോളം നീണ്ടുനിന്ന ചർച്ചകൾക്കുശേഷം, നമ്മുടെ നാടിന്റെ സ്വാതന്ത്ര്യത്തിനും, നമ്മുടെ നാട്ടാരുടെ ക്ഷേമൈശ്വര്യങ്ങൾക്കും ഉള്ള ശരിയായ വഴിയെക്കുറിച്ച് പാർട്ടി ഇപ്പോൾ ഒരു പുതിയ ധാരണയിലെത്തിച്ചേർന്നിരിക്കുന്നു. ഇതിനെ റഷ്യൻമാർഗമെന്നോ, ചൈനീസ് മാർഗമെന്നോ പറയാൻ വയ്യാ; പറയുന്നുമില്ല. പ്രസ്തുത മാർഗം മാർക്സ്, എംഗൽസ്, ലെനിൻ, സ്റ്റാലിൻ എന്നിവർ പഠിപ്പിച്ചിട്ടുള്ള പാഠങ്ങൾക്കനുയോജ്യവും, വിപ്ലവചരിത്രത്തിലെ എല്ലാ സമരങ്ങളുടെയും അനുഭവങ്ങളെ, പ്രത്യേകിച്ചും റഷ്യൻ സമരത്തിന്റെയും ചൈനീസ് സമരത്തിന്റെയും അനുഭവങ്ങളെ ആസ്പദമാക്കിക്കൊണ്ടുള്ളതും ആയിരിക്കണം, അതങ്ങനെയാണുതാനും (ലെനിന്റെയും സ്റ്റാലിന്റെയും കമ്യൂണിസ്റ്റുപാർട്ടിയുടെ നേതൃത്വത്തിൽ, മുതലാളിത്തപരവും സാമ്രാജ്യത്വപരവുമായ ഒരു രാജ്യത്തിൽ, തൊഴിലാളിവർഗം ലോകത്തിലൊന്നാമതായി നടത്തിയ സോഷ്യലിസ്റ്റ് വിപ്ലവമാണെന്നതിനാൽ നമ്മുടെ സമരമാർഗം റഷ്യൻ സമരാനുഭവങ്ങളെ ആസ്പദമാക്കിയതായിരിക്കണം. ഒരർധകോളനിയിൽ, ഒരാശ്രിതരാജ്യത്തിൽ ദേശീയ ബൂർഷ്വാസിപോലും പങ്കെടുത്തുകൊണ്ട്, കമ്യൂണിസ്റ്റു പാർട്ടിയുടെ നേതൃത്വത്തിൽനടന്ന ഒന്നാമത്തെ ജനകീയ ജനാധിപത്യ വിപ്ലവമെന്ന നിലയ്ക്ക് അത് ചൈനീസ് സമരാനുഭവങ്ങളെയും ആസ്പദപ്പെടുത്തിയുള്ളതായിരിക്കണം). അതേ സമയം, സ്വാതന്ത്ര്യസമരമാർഗം നിർണയിക്കുന്നതിൽ പ്രാധാന്യംവഹിക്കുന്ന പ്രകൃതിദത്തവും സാമൂഹ്യവുമായ പ്രത്യേകതകൾ ഓരോരാജ്യത്തിനും പ്രത്യേകമായുണ്ടെന്ന വസ്തുത നാം നല്ലപോലെ ഓർമിച്ചിരിക്കുകയും വേണം.

അപ്പോൾ ചൈനീസ് മാർഗത്തിൽനിന്ന് നമ്മുടെ മാർഗം ഏതേതു കാര്യങ്ങളിൽ വ്യത്യസ്തമായിരിക്കണം?

ചൈനയും ഇന്ത്യയും: സാദൃശ്യവും വ്യത്യാസവും, നമ്മുടെ കാഴ്ചപ്പാട്

ഒന്നാമതായി, ചൈനയുമായി നമുക്ക് യോജിപ്പുള്ളതെവിടെയാണെന്നു നോക്കാം. നമ്മുടെ വിപ്ലവത്തിന്റെ സ്വഭാവത്തിലാണ് പ്രസ്തുത യോജിപ്പുള്ളത്. ചൈനയുടേതെന്ന പോലെതന്നെ നമ്മുടെ രാജ്യത്തിന്റെയും ജീവൽപ്രധാനവും പ്രാഥമികവുമായ കാര്യം, കൃഷിയും കാർഷിക പ്രശ്നവുമത്രെ. നമ്മുടെ നാട് കൃഷിയെ ആശ്രയിച്ചുകഴിയുന്ന ബഹുഭരിപക്ഷം ജനതയെ ഉൾക്കൊള്ളുന്ന ഒരു കോളനിയാകുന്നു. ഇന്നാട്ടിലെ തൊഴിലാളികളെ എടുത്താലും അവരിലധികം പേരും കർഷകജനതയുമായി നേരിട്ടു ബന്ധപ്പെട്ടവരും ഭൂപ്രശ്നത്തിൽ താൽപര്യമുള്ളവരുമാകുന്നു.

നാടുവാഴി ഭൂവുടമകളിൽനിന്ന് ഭൂമി പിടിച്ചെടുത്ത്, പ്രതിഫലമില്ലാതെ അത് കൃഷിക്കാർക്ക് നൽകുകയെന്നതാണ് നമ്മുടെ യഥാർഥ സ്വാതന്ത്ര്യമെന്നതിന് ഇന്നർഥം. നാടുവാഴിത്തത്തിനെതിരായ ഈ കടമ നിർവഹിക്കുന്നതുകൊണ്ടുമാത്രമേ നമ്മുടെ നാട് യഥാർഥ സ്വാതന്ത്ര്യം നേടിയെന്നു പറയാൻ നിവൃത്തിയുള്ളൂ; എന്തുകൊണ്ടെന്നാൽ ചൈനയിലെന്നപോലെതന്നെ, നമ്മുടെ രാജ്യത്തിലെയും സാമ്രാജ്യത്വ താൽപര്യങ്ങളുടെ പ്രധാന തൂണുകൾ, നാടുവാഴികളാകുന്നു. അതുകൊണ്ട് ചൈനീസ് ജനതയെപ്പോലെ തന്നെ നമുക്കും നാടുവാഴിത്തത്തോടും സാമ്രാജ്യത്വത്തോടും പോരാടേണ്ടതുണ്ട്. നമ്മുടെ വിപ്ലവം നാടുവാഴിത്തവിരുദ്ധവും സാമ്രാജ്യവിരുദ്ധവുമാകുന്നു.

ഇത് കാർഷികരാജ്യങ്ങൾക്ക് സർവപ്രാധാന്യം നൽകുന്നു. നാടുവാഴിത്ത ഭൂവുടമകളിൽനിന്ന് ഭൂമി പിടിച്ചെടുത്തുകൊണ്ടും, ക്രമമായി വിമോചന സൈന്യത്തെ സൃഷ്ടിച്ചുകൊണ്ടും ഉള്ള കർഷക ജനതയുടെ ഗറില്ലാ സമരത്തെ പ്രധാനമായും ആധാരമാക്കിയാണ് ചൈനയിലെ വിമോചന യുദ്ധം നടത്തപ്പെട്ടതെന്ന വസ്തുത മുന്നിൽവച്ചുകൊണ്ട്, ഇന്ത്യയുടെ വഴിയും അതുതന്നെയായിരിക്കുമെന്നും, കർഷകജനതയുടെ ഗറില്ലാ സമരങ്ങൾ മിക്കവാറും തനിയെതന്നെ നമ്മെ സ്വാതന്ത്ര്യത്തിലേക്കു നയിക്കുമെന്നും ശക്തിയായി വാദിക്കപ്പെട്ടിരുന്നു.

ഇത്തരത്തിൽ ചൈനീസ് സമരാനുഭവത്തെ മനസ്സിലാക്കുകയും അത്തരമൊരു തീരുമാനത്തിലെത്തിച്ചേരുകയും ചെയ്യുന്നതിന്റെ അർഥം ചൈനീസ്വിപ്ലവത്തിലെ മറ്റു യാഥാർഥ്യങ്ങളെ അവഗണിക്കുകയും നമ്മുടെ നാട്ടിലെ പ്രത്യേക പരിത:സ്ഥിതികളുടെ നേരെ കണ്ണടയ്ക്കുകയും ചെയ്യുകയെന്നതായിരിക്കുമെന്ന് സി സി അഭിപ്രായപ്പെടുന്നു. ഉദാഹരണത്തിന്:

സ്വാതന്ത്ര്യസമരത്തിൽ ചൈനീസ് പാർട്ടി അവിടത്തെ കർഷകജനതയെ നയിക്കാനൊരുങ്ങിയപ്പോൾ 1925 ലെ വിപ്ലവത്തിലുണ്ടായ ഭിന്നി

പ്പിൽ നിന്നുകിട്ടിയ ഒരു പട്ടാളം അതിന്റെ കീഴിൽ ഉണ്ടായിരുന്നുവെന്ന വസ്തുത നാം പരിഗണിക്കാതിരുന്നുകൂടാ.

ചൈനയിൽ ഏകീകൃതവും കുറ്റമറ്റതുമായ ഒരു വാർത്താവിതരണ ക്രമം ഉണ്ടായിരുന്നില്ലെന്നും, ഇതു സ്വാതന്ത്ര്യശക്തികളുടെമേൽ പെട്ടെന്നുള്ളതും കേന്ദ്രീകൃതവുമായ ഒരാക്രമണംനടത്താൻ ശത്രുവിന് സാധ്യമല്ലാതാക്കിത്തീർത്തുവെന്നുമുള്ള വസ്തുത നാം ശ്രദ്ധിക്കാതിരുന്നുകൂടാ. ഇക്കാര്യത്തിൽ ഇന്ത്യ ചൈനയിൽനിന്നു വ്യത്യസ്തമത്രെ. ഇക്കാര്യത്തിൽ ഇന്ത്യയ്ക്ക് താരതമ്യേന കൂടുതൽ ഏകീകൃതവും, സുസംഘടിതവും വിശാലവുമായ ഒരു വാർത്താവിതരണക്രമമുണ്ട്.

സ്വാതന്ത്ര്യത്തിലേക്കുള്ള അതിന്റെ മുന്നേറ്റക്കാലത്ത് ചൈനയ്ക്കുണ്ടായിരുന്നതിനെക്കാൾ വളരെയേറെ വലിയൊരു തൊഴിലാളിവർഗം ഇന്ത്യക്കുണ്ട്.

ഇതിനും പുറമെ, ചൈനീസ് ചുവപ്പുസേന മഞ്ചൂറിയയിലെത്തുവോളം അതു കൂടെക്കൂടെ ശത്രുവിനാൽ വളയപ്പെടുകയും സർവനാശത്തെ അഭിമുഖീകരിക്കുകയും ചെയ്യുകയുണ്ടായിട്ടുണ്ട് എന്ന വസ്തുത നാം കാണാതിരുന്നുകൂടാ. അവിടെ വ്യവസായകേന്ദ്രം കൈവശമായിത്തീർന്നതിനാലും പിന്നണിയിൽ സൗഹാർദഭാവത്തിൽ കഴിയുന്ന മഹത്തായ സോവിയറ്റുയൂണിയനായിരുന്നതുകൊണ്ടും, പിന്നിൽനിന്നുള്ള ആക്രമണഭീതി തരിമ്പുമില്ലാത്ത ചൈനീസ് വിമോചനസേന, സ്വയം പുനസ്സംഘടിപ്പിക്കപ്പെടുകയും വിജയത്തിലേക്കുള്ള അവസാന പ്രത്യാക്രമണം അഴിച്ചുവിടുകയും ചെയ്തു. ഇക്കാര്യത്തിൽ ഇന്ത്യയുടെ ഭൂമിശാസ്ത്രപരമായ നില തികച്ചും വ്യത്യസ്തമത്രെ.

നമ്മുടെ വിപ്ലവത്തിന്റെ പതനവും, അതിലെ പ്രധാന കടമകളുമൊഴികെ നമുക്കും ചൈനയ്ക്കും തമ്മിൽ മറ്റൊരു സാദൃശ്യവുമില്ലെന്ന് ഇതിനർഥമാകുന്നില്ല. നേരേമറിച്ച്, ചൈനയെന്ന പോലെതന്നെ ഇന്ത്യയും വളരെ വിസ്തൃതമായ ഒരു രാജ്യമാകുന്നു. ചൈനയിലെന്നപോലെ തന്നെ ഇന്ത്യയിലും ബഹുഭൂരിപക്ഷം കൃഷിക്കാരാകുന്നു. അതുകൊണ്ട് ചൈനീസ് വിപ്ലവവുമായി യോജിപ്പുള്ള പല പ്രത്യേകതകളും നമ്മുടെ വിപ്ലവത്തിനുണ്ടായിരിക്കും. എന്നാൽ ചൈനീസ് മാർഗത്തിലുള്ള കാർഷികസമരങ്ങൾ ഒന്നുമാത്രംകൊണ്ട് ഇന്ത്യക്ക് വിജയം വരിക്കുവാൻ കഴിയില്ല.

വിശേഷിച്ചും ചൈനീസ്പാർട്ടി കൃഷിക്കാരുടെ ഗറില്ലാസമരത്തിൽ മാത്രം ഊന്നിനിന്നത് താത്വികമായ ഒരു നിലയ്ക്കല്ല; പ്രത്യുത ഗത്യന്തരമില്ലാത്തതിനാലത്രെ. തങ്ങളുടെ ദീർഘകാല സമരങ്ങളിൽ പാർട്ടിയും കാർഷികകേന്ദ്രങ്ങളും തൊഴിലാളിവർഗത്തിൽനിന്നും അതിന്റെ സംഘടനയിൽനിന്നും അധികമധികം അകന്നുപോയിട്ടുണ്ട്. ഇത് ഫാക്ടറികളിലും കപ്പലുകളിലും ഗതാഗതരംഗത്തുമുള്ള തൊഴിലാളിവർഗത്തെ, ശത്രുവിനെതിരായി തങ്ങളെ സഹായിക്കാൻ കർമരംഗത്തിലേക്ക് ആഹ്വാനം നൽകുന്നതിൽനിന്നു പാർട്ടിയെയും വിമോചന സേനയെയും തടഞ്ഞു

നിർത്തിയിട്ടുണ്ട്. ചൈനയിലങ്ങനെ സംഭവിച്ചുവെന്നതുകൊണ്ട്, അവരുടെ അനിവാര്യത നമുക്കും ബാധകമായ ഒരു നിയമമാക്കുന്നതെന്തിന്? ചൈനയിലങ്ങനെ സംഭവിച്ചുവെന്നതുകൊണ്ട്, നമ്മുടെ വിമോചനസമരത്തിലും തൊഴിലാളിവർഗത്തെ പ്രായോഗിക നേതൃത്വത്തിലേക്കും, കർമരംഗത്തിലേക്കും കൊണ്ടുവരാതിരിക്കുന്നതെന്തിന്?

അത്തരമൊരു വീക്ഷണഗതി, നമുക്ക് വമ്പിച്ച ഒരു തൊഴിലാളിവർഗമുണ്ടെന്നും അതിനു നമ്മുടെ വിമോചനസമരത്തിൽ വിധി നിർണായകമായിത്തീരാവുന്ന ഒരു പങ്കു നിർവഹിക്കുവാനുണ്ടെന്നുമുള്ള വസ്തുത വിസ്മരിച്ചുകളയുന്നു. യോജിച്ചുനിന്നു പ്രവർത്തിക്കുന്ന തൊഴിലാളിവർഗത്തിന്റെയും കർഷകജനതയുടെയും മഹത്തായ സമരസഖ്യം, കമ്യൂണിസ്റ്റുപാർട്ടിയുടെ നേതൃത്വത്തിൽ തൊഴിലാളി—കർഷകസമരങ്ങളുടെ ഏകീകരണം, സമരം നടത്തുന്നതിൽ വിപ്ലവചരിത്രത്തിലെ സകലപാഠങ്ങളെയും ഉപയോഗപ്പെടുത്തൽ—ഇതായിരിക്കും നമ്മുടെ സമരമാർഗം.

അങ്ങനെ, പട്ടണത്തിലെ പൊതുപണിമുടക്കത്തെ ആശ്രയിച്ചുകൊണ്ടുള്ള മുമ്പത്തെ പാർട്ടിലൈൻ കർഷകജനതയുടെ പങ്കിനെ അവഗണിച്ചപ്പോൾ, ഗറില്ലാസമരത്തെ ആധാരമാക്കിക്കൊണ്ടുള്ള പിന്നത്തെ പാർട്ടിലൈൻ തൊഴിലാളിവർഗത്തിന്റെ പങ്കിനെ അവഗണിച്ചുവെന്നും, പ്രായോഗികമായി ഇതിന്റെ ഫലം, കർഷകജനതയ്ക്ക് തങ്ങളുടെ ഏറ്റവും വലിയ സുഹൃത്തും നേതാവും നഷ്ടപ്പെടുകയെന്നതായിരുന്നുവെന്നും നമുക്ക് കാണാൻ കഴിയും. തൊഴിലാളിവർഗം 'താത്വികമായി' മാത്രം—പാർട്ടിയിലൂടെ മാത്രം—നേതാവായി നിലനിന്നു; എന്തുകൊണ്ടെന്നാൽ പാർട്ടിയെന്നതിന്റെ നിർവചനം തൊഴിലാളിവർഗ പാർട്ടിയെന്നാണ്!

ഈ രണ്ടു ലൈനുകളും ദേശീയൈക്യമുന്നണിയുടെ അടിസ്ഥാനമെന്ന നിലയ്ക്ക് തൊഴിലാളിവർഗത്തിന്റെയും കർഷക ജനതയുടെയും സമരസഖ്യം ഊട്ടിയുണ്ടാക്കുകയെന്ന കടമയെ ഫലത്തിൽ മറന്നുകൊണ്ടുള്ളതായിരുന്നു; സ്വാതന്ത്ര്യസമരത്തിൽ പ്രസ്തുത മുന്നണിയുടെ നേതാവായി തൊഴിലാളിവർഗത്തെ വാഴിക്കുകയെന്ന കടമമറന്നുകൊണ്ടുള്ളതായിരുന്നു.

ഇതു പ്രശ്നങ്ങളെ തെറ്റായി സമീപിക്കലായിരുന്നുവെന്നു മനസ്സിലാക്കണം. പാർട്ടിയിലൂടെയും കർഷകജനതയുടെ സമരങ്ങളിൽ പാർട്ടി നേതൃത്വം വഹിക്കുന്നുവെന്നതിലൂടെയുംമാത്രം തൊഴിലാളിവർഗ നേതൃത്വം സാധിച്ചുവെന്നു വരുന്നില്ല; പ്രത്യുത, യഥാർഥത്തിൽ പ്രവൃത്തിയിലൂടെ, കർഷകജനതയുടെ ആവശ്യങ്ങൾക്കുവേണ്ടി തൊഴിലാളിവർഗം സുദൃഢമായിനിന്നു വാദിക്കുന്നതിലൂടെയും സ്വന്തം പ്രവർത്തനത്തിലൂടെ കാർഷികസമരങ്ങളെ സഹായിക്കാൻ അതു മുന്നോട്ടു വരുന്നതിലൂടെയുമാണ് തൊഴിലാളിവർഗനേതൃത്വം ഉടലെടുക്കുന്നത്. സമരസഖ്യം താത്വികമായി മാത്രമല്ല, പ്രായോഗികമായും വർത്തിക്കണം. തൊഴിലാളിവർഗം സമരംചെയ്യുന്ന കർഷകജനതയെ സഹായിക്കുകയും പൊതുശത്രുവിനെതിരായ വിജയത്തിനുറപ്പുനൽകുകയും ചെയ്യേണ്ടുന്ന സമരസഖാവത്രെ.

തൊഴിലാളികളെയും, ദരിദ്രകർഷകരെയും ആധാരമാക്കിക്കൊണ്ട്, മുഴുവൻ ജനങ്ങളോടുമൊപ്പം, കർഷകജനതയുമായി ഉറച്ച സമരസഖ്യത്തിൽ വർത്തിച്ചുകൊണ്ട് നാട്ടിൻപുറങ്ങളിലെയും നഗരങ്ങളിലെയും സമരങ്ങളെ സ്വാതന്ത്ര്യത്തിലേക്കും ഭൂമി, ഭക്ഷണം, തൊഴിൽ, സമാധാനം എന്നിവയിലേക്കും നയിക്കുന്നു.

മഹത്തായ ഈ ചരിത്രപാഠം സഖാക്കളെ അറിയിക്കുവാൻ സി സി ആഗ്രഹിക്കുന്നു. ഈ പാഠം വെറുമൊരു റഷ്യൻ മാർഗമല്ല. ഇത് ഒരു ചൈനീസ് മാർഗവുമല്ല; ഈ പാഠം ഇന്ത്യൻ പരിത:സ്ഥിതിക്കനുസരിച്ചുള്ള ലെനിനിസത്തിന്റെ ഒരു മാർഗമത്രെ.

നമ്മുടെ കാഴ്ചപ്പാടിനെക്കുറിച്ചുള്ള അത്തരമൊരു ധാരണ, നമ്മുടെ ബഹുജനപ്രസ്ഥാനവും നമ്മുടെ ട്രേഡ് യൂണിയനുകളും കിസാൻസഭകളും വളർത്തേണ്ടതെങ്ങനെയെന്നകാര്യത്തിലും ഒരു പുതിയ വീക്ഷണഗതിയും, പാർട്ടിയെ പടുത്തുയർത്തുന്നതിനൊരു പുതിയ മാർഗവും നമ്മുടെ മുമ്പിൽ വെക്കുന്നു.

സായുധസമരപരിപാടി അംഗീകരിക്കുന്നുണ്ടോ ഇല്ലയോ എന്നതല്ല പ്രധാന പ്രശ്നമെന്ന്, നമ്മുടെ പരിപാടി അക്രമരഹിതമോ അക്രമപരമോ ആയിരിക്കേണ്ടത് എന്നതല്ല പ്രധാനപ്രശ്നമെന്ന് ഈ ധാരണ സഖാക്കൾക്ക് കാണിച്ചുകൊടുക്കും. നമ്മുടെ കർമപരിപാടി അക്രമപരമോ അക്രമരഹിതമോ എന്ന ചോദ്യം നമ്മുടെ മുമ്പിലവതരിപ്പിക്കുന്നത്, നമ്മുടെ എതിരാളികളാകുന്നു. പ്രശ്നത്തെ അത്തരത്തിലവതരിപ്പിക്കുന്നത്, ഫലത്തിൽ ജനങ്ങളെ വഴിപിഴപ്പിക്കുന്ന ഗാന്ധിയൻ ആശയഗതിയുടെ അവതരണരീതിയാകുന്നു. പ്രശ്നത്തെ അത്തരത്തിൽ അവതരിപ്പിക്കാതിരിക്കാൻ സൂക്ഷിക്കണം. വളരെക്കാലമായി ലോകത്തിലെ സകല രാജ്യങ്ങളിലെയും ജനങ്ങൾക്കും പാർട്ടിക്കുംവേണ്ടി, മാർക്സിസവും ചരിത്രവും എന്നെന്നേക്കുമായി ഈ പ്രശ്നം തീരുമാനിച്ചുകഴിഞ്ഞിട്ടുണ്ട്. തങ്ങളുടെ താൽപര്യ സംരക്ഷണത്തിനും മോചനസമ്പാദനത്തിനും വേണ്ടിയുള്ള ബഹുജനങ്ങളുടെ സർവപ്രവർത്തനങ്ങളും പരിപാവനമാകുന്നു. പുരോഗതിയിലേക്കും, സ്വാതന്ത്ര്യത്തിലേക്കുമുള്ള തങ്ങളുടെ മാർഗത്തിൽ അടിഞ്ഞുകൂടുന്ന പിന്തിരിപ്പത്തത്തിന്റെയും അധ:പതനത്തിന്റേയും കീറാമുട്ടികളെ തട്ടിത്തകർക്കുവാൻ ജനങ്ങൾ സ്വീകരിക്കുന്ന എല്ലാ മാർഗങ്ങളെയും ചരിത്രം അനുവദിക്കുന്നു.

നമ്മുടെ പഴയ കാലത്തെ മുഴുവൻ ധാരണകളും ഏകപക്ഷീയവും പോരായ്മകളുള്ളതുമെന്നനിലയ്ക്ക് തള്ളിക്കളയണമെന്ന് ഇതിൽനിന്നും നാം പഠിക്കേണ്ടതാണ്.

വ്യക്തിപരമായ ഭീകരപ്രവർത്തനങ്ങളെ എതിർക്കുക

എന്നാൽ ചരിത്രമനുവദിക്കാത്ത ഒരു പ്രവൃത്തിയുണ്ട്. അതു വ്യക്തിപരമായ ഭീകരപ്രവർത്തനമാകുന്നു.

വ്യക്തിപരമായ ഭീകരപ്രവർത്തനം, ഒരു വർഗത്തിലെയോ വ്യവസ്ഥയിലെയോ വ്യക്തികൾക്കെതിരായി വ്യക്തികളോ ഗ്രൂപ്പുകളോ സ്ക്വാഡുകളോ അഴിച്ചുവിടുന്നതാണ്. അങ്ങനെ ചെയ്യുന്ന വ്യക്തികൾ ധീരന്മാരും നിസ്വാർഥമതികളുമായിരിക്കാം; അവരെ ജനങ്ങൾ അഭിനന്ദിക്കുകയോ പ്രവൃത്തിരംഗത്തിലേക്ക് ക്ഷണിക്കുകതന്നെയോ ചെയ്തുവെന്നും വരാം; അതുപോലെതന്നെ അവരാർക്കെതിരായാണോ പ്രവർത്തിക്കുന്നത് അവർ ഏറ്റവും വെറുക്കപ്പെട്ടവരുമായിരിക്കാം; എന്നാൽപോലും അത്തരം പ്രവർത്തനങ്ങൾക്ക് മാർക്സിസം അനുമതി നൽകുന്നില്ല. എന്തുകൊണ്ട്? അവയിലൊന്നിലും ജനങ്ങൾ പ്രവൃത്തിരംഗത്തിലില്ലെന്ന ലളിതമായ ഒരൊറ്റ കാരണം കൊണ്ടുമാത്രം; ജനങ്ങൾ ചെയ്യേണ്ടതൊക്കെ പ്രസ്തുത ധീരന്മാർ നിർവഹിച്ചുകൊള്ളുമെന്ന ധാരണ അതിലൂടെ വേരൂന്നുന്നു. അത്തരം ഒട്ടനവധി പ്രവർത്തനങ്ങൾ ശത്രുവർഗങ്ങളെയോ, വ്യവസ്ഥയെയോ ഉന്മൂലനാശം ചെയ്തുകൊള്ളുമെന്ന വിശ്വാസം അതിലൂടെ പ്രബലമായിത്തീരാനിടയാകുന്നു. അവസാനമായി അത് ജനങ്ങളെ നിഷ് ക്രിയത്വത്തിലേക്കും അലസതയിലേക്കും നയിക്കുന്നു; അവരുടെ സ്വന്തം പ്രവർത്തനങ്ങളെയും വിപ്ലവത്തിലേക്കുള്ള വളർച്ചയെയും സ്തംഭിപ്പിക്കുകയും, അവസാനം പരാജയത്തിൽ കലാശിപ്പിക്കുകയും ചെയ്യുന്നു. അതുകൊണ്ട്, മാർക്സിസം, വ്യക്തിപരമായ ഭീകരപ്രവർത്തനങ്ങൾക്കെതിരായ താക്കീത് നൽകുകയും അതിനെ നിരോധിക്കുകയും ചെയ്യുന്നു.

അനുബന്ധം 6

ചൂഷകർ എല്ലായ്പ്പോഴും നൽകിയിരുന്ന രൂക്ഷവും ഒന്നിന്റെ മുന്നിലും നിൽക്കാത്തതുമായ എതിർപ്പിനെ ബലം പ്രയോഗിച്ചു കീഴടക്കി ഏകാധിപത്യത്തിന്റേതായ ഒരു കാലഘട്ടത്തിൽക്കൂടെ കടന്നുപോകാതെ അടിച്ചമർത്തപ്പെട്ട ഒരു വർഗവും അധികാരം പിടിച്ചെടുത്തിട്ടില്ലെന്നും പിടിച്ചെടുക്കുക സാധ്യമല്ലെന്നും ചരിത്രം നമ്മെ പഠിപ്പിക്കുന്നു. ബൂർഷ്വാ സംസ്കാരം, ബൂർഷ്വാ ജനാധിപത്യം, ബൂർഷ്വാ പാർലമെന്ററി സമ്പ്രദായം എന്നിവയുടെ വർഗസ്വഭാവത്തെപ്പറ്റി മാർക്സും എംഗൽസും അതിയായ ശാസ്ത്രീയ സൂക്ഷ്മതയോടെ രൂപീകരിച്ച അഭിപ്രായങ്ങൾ—അതായത് ബൂർഷ്വാസിക്ക്, ഒരുപിടി മുതലാളിമാർക്ക്, തൊഴിലാളിവർഗത്തെ അടിച്ചമർത്താനുള്ള ഒരു ആയുധം മാത്രമാണ് ജനാധിപത്യ ബൂർഷ്വാറിപ്പബ്ലിക് എന്ന അഭിപ്രായം—അംഗീകരിക്കാത്ത ഒരൊറ്റ സോഷ്യലിസ്റ്റുമില്ല. ഈ സോഷ്യലിസ്റ്റ് സത്യത്തിലുള്ള വിശ്വാസത്തെപ്പറ്റി തൊഴിലാളികളോട് പ്രതിജ്ഞ ചെയ്യാത്ത ഒരൊറ്റ വിപ്ലവകാരിയോ മാർക്സിസ്റ്റോ ഇല്ല. എന്നിട്ടിപ്പോൾ വിപ്ലവകാരിയായ തൊഴിലാളിവർഗം സമരംചെയ്യാൻ കച്ചകെട്ടിയിറങ്ങിയപ്പോൾ, മർദനയന്ത്രമായ ഈ ഗവൺമെന്റിനെത്തന്നെ നശിപ്പിച്ച് തൊഴിലാളിവർഗ സർവാധിപത്യം സ്ഥാപിക്കാൻ ഒരുമ്പെടുമ്പോൾ ഈ സോഷ്യലിസത്തിന്റെ വഞ്ചകർ പറയുകയാണ് ബൂർഷ്വാസി തൊഴിലാളിജനതയ്ക്ക് 'പരിശുദ്ധ ജനാധിപത്യം' അനുവദിച്ചുതന്നിരിക്കുന്നു എന്ന്, എതിർപ്പിന്റെ മാർഗത്തെ ഉപേക്ഷിച്ചിരിക്കുന്നു എന്ന്. തൊഴിലാളിവർഗഭൂരിപക്ഷത്തിന് കീഴടങ്ങാൻ തയ്യാറായിരിക്കുന്നു എന്നും ഒരു ജനാധിപത്യ റിപ്പബ്ലിക്കൻ ഗവൺമെന്റ്, മുതലാളിമാർക്ക് തൊഴിലാളികളെ അടിച്ചമർത്താനുള്ള കരുവല്ലെന്നും ഒരിക്കലും ആയിരുന്നില്ലെന്നുമത്രെ ഇക്കൂട്ടർ അവകാശപ്പെടുന്നത്!

പാരീസ് കമ്യൂൺ—തൊഴിലാളികളുടെ ആത്മാർഥമായ അനുഭാവത്തിന് പാത്രീഭൂതമാണ് എന്ന കാരണത്താൽ മാത്രം സോഷ്യലിസ്റ്റുകളെന്നു സ്വയം നടിച്ചു നടക്കുന്ന ഇക്കൂട്ടർ അധരസേവനം നൽകുന്ന പാരീസ് കമ്യൂൺ—ബൂർഷ്വാപാർലമെന്ററി സമ്പ്രദായത്തിന്റെയും ബൂർഷ്വാ ജനാധിപത്യത്തിന്റെയും ചരിത്രപരമായ സ്വഭാവത്തെയും പരിമിതമായ മൂല്യത്തെയും വ്യക്തമായി കാണിച്ചുതന്നു. മധ്യകാലങ്ങളുമായി താരതമ്യപ്പെടുത്തുമ്പോൾ പുരോഗമനപരമാണെങ്കിലും തൊഴിലാളിവർഗ വിപ്ലവത്തിന്റേതായ ഈ കാലഘട്ടത്തിൽ, മൗലികമായ മാറ്റത്തിന് വിധേയമാകേണ്ട സ്ഥാപനങ്ങളാണിവ. കമ്യൂണിന്റെ ചരിത്രപരമായ പ്രാധാന്യത്തെ ഏറ്റവും മികച്ച നിലയിൽ വിലയിരുത്തിയത് മാർക്സ് ആയിരുന്നു. അദ്ദേഹം തന്റെ അപഗ്രഥനത്തിൽ, ബൂർഷ്വാജനാധിപത്യത്തിന്റെയും ബൂർഷ്വാപാർലമെന്ററി സമ്പ്രദായത്തിന്റെയും ചൂഷകസ്വഭാവം തികച്ചും വ്യക്തമാക്കി. ധനികവർഗത്തിന്റെ പ്രതിനിധികളിൽ ഏതൊരുത്തനാണ് പാർലമെന്റിലൂടെ ജനങ്ങളെ 'പ്രതിനിധീകരിക്കുകയും അടിച്ചമർക്കുകയും' ചെയ്യേണ്ടതെന്ന് ഏതാനും വർഷങ്ങളിൽ ഒരിക്കൽ വീതം തീരുമാനിക്കാനുള്ള അവകാശം മാത്രമാണ് മർദിതവർഗം ആസ്വദിക്കുന്നത്. എന്നിട്ടിപ്പോൾ, സോവിയറ്റ് പ്രസ്ഥാനം ലോകത്തൊട്ടാകെ പരക്കുമ്പോൾ, വളരെ സ്പഷ്ടമായ വിധത്തിൽ കമ്യൂണിന്റെ പ്രവൃത്തി തുടരുമ്പോൾ ഈ വഞ്ചകർ, പാരീസ് കമ്യൂൺ നൽകിയ മൂർത്തമായ അനുഭവത്തെയും വസ്തുനിഷ്ഠമായ പാഠങ്ങളെയും മറന്നുകൊണ്ട് 'സാമാന്യമായ ജനാധിപത്യ' മെന്ന പഴയ ബൂർഷ്വാപല്ലവി ആവർത്തിക്കാൻ തുടങ്ങിയിരിക്കുന്നു. കമ്യൂൺ ഒരു പാർലമെന്ററി സമ്പ്രദായമായിരുന്നില്ല.

ബൂർഷ്വാ ഗവൺമെന്റ് യന്ത്രത്തെ, ബ്യൂറോക്രസിയെയും നീതിന്യായ-പൊലീസ്-സൈനികയന്ത്രത്തെയും തകർത്തുതരിപ്പണമാക്കാനും അവയുടെ സ്ഥാനത്ത്, നിയമനിർമാണവും കൃത്യനിർവഹണവും ഒരുമിച്ചുനടത്തുന്ന ഒരു സ്വയംഭരണ ജനകീയ തൊഴിലാളി സംഘടനയെ അവരോധിക്കാനും ശ്രമിച്ചു എന്നതിനാലാണ് പാരീസ്കമ്യൂണിന്റെ പ്രാധാന്യം കിടക്കുന്നത്. സത്യത്തെ പരിഹസിക്കുന്ന ഈ സോഷ്യലിസത്തിന്റെ വഞ്ചകരാൽ പ്രോലിറ്റേറിയൻ റിപ്പബ്ലിക്കെന്നു വിളിക്കപ്പെടുന്ന ജർമൻ റിപ്പബ്ലിക്കടക്കം ഇന്നുള്ള എല്ലാ ജനാധിപത്യ റിപ്പബ്ലിക്കുകളും ഈ ഭരണയന്ത്രത്തെ നിലനിർത്തുന്നുണ്ട്. അതുകൊണ്ട് 'സാമാന്യമായ ജനാധിപത്യ'ത്തെ സംരക്ഷിക്കാനുള്ള മുറവിളി യഥാർഥത്തിൽ ബൂർഷ്വാസിയുടെയും അവർ നടത്തുന്ന ചൂഷണത്തിന്റെയും സംരക്ഷണത്തിനുള്ള പരിശ്രമമായേ പരിണമിക്കൂ....

(ലെനിൻ: *തെരഞ്ഞെടുത്ത കൃതികൾ*, 1967, പേജ് 128-130)

അനുബന്ധം 7

നമുക്ക് തുടക്കത്തിൽനിന്നുതന്നെ തുടങ്ങാം. സമരരൂപങ്ങളുടെ പ്രശ്നത്തിന്റെ പരിശോധനയിൽ ഓരോ മാർക്സിസ്റ്റിനും മനസ്സിലായിരിക്കേണ്ട അടിസ്ഥാന ഉപാധികൾ എന്തൊക്കെയാണ്? ഒന്നാമതായി സോഷ്യലിസത്തിന്റെ എല്ലാ പ്രാകൃതരൂപങ്ങളിൽനിന്നും വ്യത്യസ്തമായി മാർക്സിസം പ്രസ്ഥാനത്തെ ഏതെങ്കിലും ഒരു പ്രത്യേക സമരരൂപത്തോടു കെട്ടിയിടുന്നില്ല. സമരങ്ങളുടെ വൈവിധ്യമാർന്ന രൂപങ്ങളെ അത് അംഗീകരിക്കുന്നു; അത് സമരങ്ങളെ കൃത്രിമമായി സൃഷ്ടിക്കുന്നില്ല; മറിച്ച് അവയെ സാമാന്യവൽക്കരിക്കുകയും സംഘടിപ്പിക്കുകയും പ്രസ്ഥാനത്തിന്റെ മുന്നോട്ടുള്ള പ്രയാണത്തിൽ സ്വയം ഉയർന്നുവരുന്ന വിപ്ലവശക്തികളുടെ സമരരൂപങ്ങൾക്ക് ബോധപൂർവമായ പ്രകാശനം നൽകുകയുമാണ് ചെയ്യുന്നത്. എല്ലാ അമൂർത്തങ്ങളായ സൂത്രവിധാനങ്ങൾക്കും സിദ്ധാന്തപ്രധാനമായ പാചകനിർദേശങ്ങൾക്കും പൂർണമായി എതിരായ മാർക്സിസം വളർച്ച പ്രാപിച്ചുകൊണ്ടിരിക്കുന്ന ബഹുജനസമരത്തോട് സശ്രദ്ധമായ സമീപനം ആവശ്യപ്പെടുന്നു. പ്രസ്ഥാനം വികസിക്കുന്നതോടെ, ജനങ്ങളുടെ വർഗബോധം വളരുന്നതോടെ സാമ്പത്തിക-സാമൂഹ്യക്കുഴപ്പങ്ങൾ മൂർച്ഛിക്കുന്നതോടെ, അത് ആക്രമണത്തിന്റെയും പ്രതിരോധത്തിന്റെയും പുതിയതും, കൂടുതൽ വൈവിധ്യമാർന്നതുമായ സമ്പ്രദായങ്ങൾക്ക് തുടർച്ചയായി ജന്മംനൽകുന്നു. അതുകൊണ്ട് മാർക്സിസം, നിശ്ചയമായും ഏതൊരു രൂപത്തിലുള്ള സമരത്തെയും നിരാകരിക്കുന്നില്ല. പക്ഷേ, നിശ്ചിത സന്ദർഭത്തിൽ മാത്രം സാധ്യമായിട്ടുള്ളതും, നിലവിലുള്ളതുമായ സമരരൂപങ്ങളിൽ മാത്രമായി മാർക്സിസം യാതൊരു സാഹചര്യത്തിലും ഒതുങ്ങിനിൽക്കുന്നില്ല. ഒരു പ്രത്യേക കാലഘട്ടത്തിലെ പങ്കാളികൾക്കറിയാത്ത പുതിയ സമരരൂപങ്ങൾ, സ്ഥിതിഗതി

കൾ മാറിവരുമ്പോൾ, അനിവാര്യമായും ഉയരുമെന്ന് അത് അംഗീകരിക്കുന്നു. ഇതുസംബന്ധിച്ച് ജനകീയാനുഭവത്തിൽനിന്ന് മാർക്സിസം പഠിക്കുന്നു (അങ്ങനെ പറയാമെങ്കിൽ). തങ്ങളുടെ ഒറ്റപ്പെട്ട പഠനത്തിൽ മുഴുകിയിരുന്ന 'സമ്പ്രദായവൽക്കരണത്തിന്റെ പ്രയോക്താക്കൾ' കണ്ടുപിടിച്ച സമരരൂപങ്ങൾ ജനങ്ങളെ പഠിപ്പിക്കാമെന്ന യാതൊരവകാശവും മാർക്സിസം ഉന്നയിക്കുന്നില്ല. ഉദാഹരണത്തിന് സാമൂഹ്യവിപ്ലവരൂപങ്ങളെ പരിശോധിക്കുമ്പോൾ കൗട്സ്കി ഇങ്ങനെ പറയുകയുണ്ടായി. 'വരാൻ പോകുന്ന കുഴപ്പം, ഇപ്പോൾ നമുക്ക് മുൻകൂട്ടി കാണാൻ കഴിയാത്ത പുതിയ സമരരൂപങ്ങൾ അവതരിപ്പിക്കുമെന്ന് ഞങ്ങൾക്കറിയാം.'

രണ്ടാമതായി, സമരരൂപങ്ങളുടെ പ്രശ്നത്തെക്കുറിച്ച് ചരിത്രപരമായ ഒരു പരിപൂർണ പരിശോധനയാണ് മാർക്സിസം ആവശ്യപ്പെടുന്നത്. ഉറച്ച, ചരിത്രപരമായ സ്ഥിതിഗതികളിൽനിന്ന് വേർപെടുത്തിക്കൊണ്ട് ഇതിനെ കൈകാര്യംചെയ്യുന്നത്, ദ്വന്ദാത്മകഭൗതികവാദത്തിന്റെ പ്രാഥമികപാഠങ്ങളെപ്പറ്റിയുള്ള അജ്ഞതയെ വെളിവാക്കുന്നു. സാമ്പത്തിക പരിണാമത്തിന്റെ വിവിധ ഘട്ടങ്ങളിൽ രാഷ്ട്രീയവും ദേശീയവും സാംസ്കാരികവും ജീവിതപരവും മറ്റുമായ സാഹചര്യങ്ങളിലുള്ള വ്യത്യാസങ്ങളെയും ആശ്രയിച്ചുകൊണ്ട്, വിവിധ സമരരൂപങ്ങൾ മുൻനിരയിലേക്ക് വരുകയും, മുഖ്യ സമരരൂപങ്ങളായിത്തീരുകയും ചെയ്യുന്നു. ഇതിനോടു ബന്ധപ്പെട്ടുകൊണ്ട് രണ്ടാം നിരയിലുള്ള ഉപസമരങ്ങൾ തദനുസൃതമായ മാറ്റത്തിനു വിധേയമാകും. നിശ്ചിതപ്രസ്ഥാനത്തിന്റെ വികാസത്തിന്റെ നിശ്ചിതഘട്ടത്തിന്റെ മൂർത്തമായ സ്ഥിതികളുടെ വിശദമായ പരിശോധന നടത്താതെ ഏതെങ്കിലും ഒരു പ്രത്യേക സമരമാർഗം ഉപയോഗിക്കണമോ വേണ്ടയോ എന്നുള്ള ചോദ്യത്തിന്, വേണം അല്ലെങ്കിൽ വേണ്ട എന്നുത്തരം പറയാൻ ശ്രമിക്കുക എന്നതിന്റെ അർത്ഥം മാർക്സിസ്റ്റ് നിലപാട് ഉപേക്ഷിക്കുകയെന്നതാണ്.

നമ്മെ നയിക്കേണ്ട രണ്ട് മുഖ്യ സൈദ്ധാന്തികനിർദേശങ്ങളാണിവ. മുകളിൽ പ്രസ്താവിക്കപ്പെട്ടവയോടു പൊരുത്തപ്പെടുന്ന അസംഖ്യം ഉദാഹരണങ്ങൾ പശ്ചിമയൂറോപ്പിലെ മാർക്സിസത്തിന്റെ ചരിത്രം നൽകുന്നുണ്ട്. സമകാലിക യൂറോപ്യൻ സോഷ്യൽ ഡെമോക്രസി പാർലമെന്ററി പ്രവർത്തനത്തെയും ട്രേഡ്യൂണിയൻപ്രസ്ഥാനത്തെയും മുഖ്യസമരരൂപങ്ങളായി കണക്കാക്കുന്നു. സായുധകലാപത്തെ അവർ കഴിഞ്ഞകാലത്ത് അംഗീകരിച്ചിരുന്നു. പരിതഃസ്ഥിതികൾ മാറിയാൽ ഭാവിയിൽ അംഗീകരിക്കാനും അവർ ഒരുക്കമാണ്—റഷ്യൻ കാഡറ്റുകൾ, ബെസ്സഗ്ലാവ്ട്സി എന്നീ ബൂർഷ്വാ മിതവാദികളുടെ അഭിപ്രായമുണ്ടായിട്ടുപോലും, പൊതുപണിമുടക്കത്തെ ഒരു സാമൂഹ്യസർവരോഗ സംഹാരിയെന്നും ബൂർഷ്വാസിയെ ഒരൊറ്റയടിക്ക് തകിടം മറിക്കുന്നതിനുള്ള ഒരു രാഷ്ട്രീയേതര മാർഗമെന്നുമുള്ള വിശ്വാസത്തെ എഴുപതുകളിലെ സോഷ്യൽ ഡെമോക്രസി നിരാകരിച്ചു—പക്ഷേ, സോഷ്യൽ ഡെമോക്രസി ജനങ്ങളൊന്നായി

പങ്കെടുക്കുന്ന രാഷ്ട്രീയ പണിമുടക്കത്തെ (1905 ൽ റഷ്യയുടെ അനുഭവത്തിനുശേഷം പ്രത്യേകിച്ചും) ചില ഉറച്ച സാഹചര്യങ്ങളിൽ അത്യാവശ്യമായ സമരസമ്പ്രദായങ്ങളിൽ ഒന്നായി അംഗീകരിക്കുന്നുണ്ട്. തെരുവുകളിൽ ബാരിക്കേഡുകളുണ്ടാക്കി സമരം ചെയ്യുന്നതിനെ, നാൽപ്പതുകളിൽ സോഷ്യൽ ഡെമോക്രസി അംഗീകരിച്ചു; പത്തൊാൻപതാം നൂറ്റാണ്ടിന്റെ അന്ത്യത്തിൽ വ്യക്തമായ കാരണങ്ങളാൽ അതിനെ നിരാകരിച്ചു; മോസ്കോയുടെ അനുഭവത്തിനുശേഷം, കൗട്സ്കിയുടെ വാക്കുകളിൽ പറഞ്ഞാൽ ബാരിക്കേഡ്യുദ്ധത്തിൽ പുതിയ തന്ത്രങ്ങൾക്ക് തുടക്കം കുറിച്ച ആ അനുഭവത്തിനുശേഷം നേരത്തെ പ്രകടിപ്പിച്ച അഭിപ്രായത്തെ തിരുത്താനും, ബാരിക്കേഡ് സമരത്തിന്റെ ആവശ്യകത സമ്മതിച്ചുകൊടുക്കാനും പൂർണ സന്നദ്ധത പ്രകടിപ്പിക്കുകയും ചെയ്തു.

www.ingramcontent.com/pod-product-compliance
Lightning Source LLC
LaVergne TN
LVHW060421051026
849518LV00007B/2650